జీవన యానపు అక్షర దర్పణము

అక్షరకవి రామ

BlueRose ONE.com
Stories Matter
NewDelhi • London

BLUEROSE PUBLISHERS
India | U.K.

Copyright © Akshara kavi Rama 2025

All rights reserved by author. No part of this publication may be reproduced, stored in a retrieval system or transmitted in any form or by any means, electronic, mechanical, photocopying, recording or otherwise, without the prior permission of the author. Although every precaution has been taken to verify the accuracy of the information contained herein, the publisher assumes no responsibility for any errors or omissions. No liability is assumed for damages that may result from the use of information contained within.

BlueRose Publishers takes no responsibility for any damages, losses, or liabilities that may arise from the use or misuse of the information, products, or services provided in this publication.

For permissions requests or inquiries regarding this publication, please contact:

BLUEROSE PUBLISHERS
www.BlueRoseONE.com
info@bluerosepublishers.com
+91 8882 898 898
+4407342408967

ISBN: 978-93-6783-598-2

Cover design: Yash Singhal
Typesetting: Namrata Saini

First Edition: April 2025

Contents

నిత్య దృశ్యమున అదృశ్య జీవి 1
అర్ధనారీ 2
ఐటీ నారిగా బ్రహ్మోస్ సారిగా 3
మాతృ దినోత్సవం 4
చరితార్థ నిజ జీవి 6
ప్రకృతి వరము వికృత నిలయము................................. 7
అనంత నింగికి ఎగసిన వీధిలో 9
కంచెల వలయపు చెంచల మనసు................................... 10
మద్యమత్తు గమ్మత్తు.. 11
నిచ్చెనా నీ ఎత్తెంత సుమా?.................................. 12
సంతోషము 13
పెంచిన పొట్టకు పొంచిన ముప్పు............................... 14
మారిన తిండికి మరణపు వడ్డన................................. 15
నిలువదు నిలువదు 16
మానవతా మర్కట గతి? 17
నీలోనే నిన్ను చూడు... 18
మానవ స్వార్థమా మాటల అర్థమా? 19
కుకుర కృతచరం... 21
నిజము నాకు ద్వేషమా?...................................... 22
గతమను అవగతము 23
కాలము కదలునా.. 24
కోరలు దువ్విన కోర్కెల పర్వము.............................. 25

చెడును వీడి చేరు నాడు	26
ఆకార వికార అహమా భావమా?	27
ఆశలతో అంతము?	28
మాటల కాలము నాటికి నేటికి	29
ఫ్యాషను ఫ్యాషను	30
వలదు వలదు కలిగి వదులు?	31
చదువా చేదున పథ క్రమమా?	32
గర్వమే సర్వమై	33
జీవిత నౌకను చేరిన రౌతు	35
మాయా మోహము	36
స్థాయి స్థాపించిన అస్థాయి	37
నిజ వలయము సృజన నిలయము	38
నోరు హోరు భుజించిన జోరు	39
రోగము నేర్చిన భోగము	40
నిద్ర చిద్రమున	41
చిల్ల2ర జ్ఞానము	42
తెలుగున వెలసిన పలుకుల ఒలుకు	43
చిత్తైన చిత్తమున	44
తెలిసి తెలియని జీవన దారిలో	45
చెత్త చెత్తగా	46
అజ్ఞాన రథమున అలనాటి ఒక జ్ఞాని	47
అనుమానము పెనుభూతము	48
జీవి తనువు	49
పరిమాణ పరమాణు పరిణామ పరమానం	50
అనుమానము పెను భూతం	51

మంచి అన్నది	52
ప్రాజెక్టు ప్రాజెక్టు	53
నాది అనునది యాది?	54
తల్లి గర్భము తరపు తీరము	55
అమెరికా అల్లుడు డాలర్ల దూకుడు	56
పౌరుడి ప్రవరము నాయకుడి ప్రకరణము	57
కోపము బాధ ప్రేమ	59
ఏకాకి బ్రతుకు	60
కాల దర్శనం	61
వెళ్లిందని వెల్లువెత్తి	63
ఆశించకు అశాంతి కలిగి భాషించకు	64
చితికి చేరిన చివరి కొలికి	65
అలసి మసలిన వలస కూలీలు	66
స్వార్థ నిస్స్వార్థములు	67
జీవన శైలికి కలిగిన గిలి	68
మనసులోన ఒకటి	69
మేకాలెలకు మగ్గిన సంతతి	70
డబ్బుకు దాసోహం	71
కపట కాంతికి వికట శాంతి	72
మిథ్యా దర్శనము	73
జీవన గమనం జీవి గమ్యం	74
అనాది కాల భరత వ్యాప్తి సనాతనము జనుల ప్రాప్తి	75
మగ్గిన సంతతి	76
రండి రండి తిండి మండి	77
వాంఛములు వంచముల పంచు	78

మిధ్యా సత్యము	79
జీవి తనువు	80
గడప గడపకు	81
కలి నవతకు చిరు కొలికి	82
నవతకు యువత	83
లైన్లో నిలుచొని ప్రియర్లు లేవు	85
అసలైన సనాతనము	86
బాల్యస్మరణల పరము	87
మగతర దినోత్సవము	89
సనాతన పరంపర	90
పౌరద్రోలిన పరంపర	91
పుడమి ప్రకృతి తాండవ వికృతి	94
తిండి తిను తిండి తిను	95
కాలముల కలయిక	97
పరమత వ్యామోహము	98
చెదలు వలచిన చదువుల పరపత్తి	99
జీవన యానపు గడచిన స్మృతులు	100
ఆశావాద జీవనమునకు పరిణామ అంకుశము	101
నిరాధార శూన్యము	102
రంగుల ప్రపంచము	103
సంశయ పరమున సమరపు భ్రమణము	104
అక్కసు తగిలిన రక్కసి పలుకు	105
ముద్దుకు మిగిల్చిన ముద్ద	106
ఉలికి పడిన జీవన కొలికి	107
తెలియనిది ఏముంది?	108

ఆస్తిక అస్తిక	109
నరుడా నరుడా	110
లోలోపల	111
జీవి నిర్జీవి వేదాంతమునకు బీజి	112
అల్ప బుద్ధికి స్వల్ప లబ్ధి	113
తీపి చేదుల జీవిత క్రమము	114
విదేశీ వ్యామోహము	115
గుణముల పుణ్యము	116
జీవి తత్వములు	117
అజ్ఞానపు జ్ఞాని	118
మితము కానీ ఔచిత్యము	119
ఆత్మ హత్యలకు సాక్షి యత్నములు	120
చింతా దుఃఖం	122
కడ వరకు?	124
జ్ఞానమను జ్ఞాతము	125
అస్థిర బ్రతుకుకు స్థిరముల కోరిక	126
బ్రతుకున వింత అతుకుల బొంత	127
తిరుమలేశా ఎందుకంత ఆవేశా?	128
ఎదుటి వారి తప్పుల తిప్పలు	129
పారులోరు పడగ విప్పిన జోరు	130
కర్షక రోదన	131
పెట్రోలు డీజలు	132
వ్యాపార మయ్యేరో	133
బిల్లు మాఫీనా....మత మాఫియానా?	134
మత్తు వదలరా	135

తెగ ప్రాకిన ఎగువ గతి?	136
మేలుకో ఓ దొరా	139
అసలైన సనాతనము?	141
పేద వాడి పేదరికము	142
రోగము నేర్చిన భోగము	143
కంచెలు దాటి కరోనా ధాటి	144
మానవతా మార్గమున కరోనా వంచన	146
వక్రముగు ఒమిక్రాన్	147
సంస్కృతి	148
అనాదికాల సనాతనము	150
మత మార్పిడి	151
బాల్యము ప్రాయము యాడికి వర ప్రసాదము	152
తెలంగాణం తెలగానం	156
గొప్పకు మెప్పులా మెప్పుకు తిప్పలా?	158

నిత్య దృశ్యమున అదృశ్య జీవి

భవతీ ఓ వివాhiత యువతీ
ఒక భాగముగా కదలి
మరు భాగమును చేరి
జీవితమను భావమున
కలిగించ దరి చేరి
దారమగు సూత్రమును
ధరియించి భరియించ
అర్ధాంగి అంగముగా
అంగరంగ వైభవంగా
తన గోత్రమును వదలి
ధరి గోత్రము పెరుగ పెంచి
కడవరకు కలిపి ఉంచు
దరిత్రిపై నడచితివి
కాపురమను మరుపురమున
పరిమితమను గోపురమున
మరుతరమును కన మోసి
కనిశిసువుల కనగ పెంచి
తనరక్తము ధారపోసి
తనవంతుకు దనరాశిని
తన ఇంటికి ప్రోగు చేసి
లక్ష్మి కళలు కలుగచేసి
అనునిత్యము అగుసత్యము
అవని పలుకు అసలు నిలిపి
ఆనవాలు అసలు లేక
అధృశ్యము అవుదువుగా?

అర్ధనారీ

ఒక భాగముగా పెరిగి
మరు భాగమును చేరి
అర్ధాంగి అను పదవి
అంతరంగమున పదిల్చి
తుది శ్వాస గతి వరకు
తన స్వార్ధములు విదిల్చి
మానవతా మరువీది
ఎడబాటు ఎరుగనటు
చిరునామా చెక్కించి
వంశమును అందించ
మరుజన్మ కనజూపి
శిశువులకు శ్రమ ఓడ్చి
తన అంశముగా చేర్చి
తుది వరకు తనవంతు
కునుకునకును మైమరచి
అజ్ఞాతమున చేరు
అసలు నారియని
అవని భవనికి ఎరుక
ధమని శక్తికి పలుకు

ఐటీ నారిగా బ్రహ్మోస్ సారిగా

విశాల భూమికి వికాస పథమును
అర్ధ శక్తిగా అవతలరించుచు
అర్ధనారీయని శివునికి శక్తిని
సమర్ధతవంతపు కరములు చేర్చు
సరిహద్దులకును పరుగులు తీయుచు
సమాజ స్థిరమును సరితూగించెడు
సహజ హస్తపు సమూహ మార్గము
సుగమయ సుఖమయ
సమయము వహించి
ఐటీ నారిగ పోటీ గడించు
మహిళా మూర్తిగా సమూహ మెప్పును
సమీకరించెడు సమంజస జీవిగా
అవధికి అవధులు అనూప్న ప్రవధిగ
అడుగుల నడిచెడు మహిళా మణులకు శుభ కాంక్షలు

మాతృ దినోత్సవం

కట్టు బొట్లకు కట్టు మెలిగి
చుట్టూ సంస్కృతి పరచ కలిగి
ఊరు చూపిన మగడు తగిలి
కనని జీవికి పొట్ట పంచి
నిండు కుండను పండ పెంచి
భూమి గాలికి పరిచయించి
ఆకలి తీర్చ రొమ్ము తెరచి
పడక నడకను కనగా అలసి
అరుపు కేకల తేనె కలుగ
మనిషి మాటలు నేరిపించి
దివిని ఎరుగగా దారి చూపిన
భువికి అతిథిగ భువన భావని
మూర్తి మాత మాతృ దేవి
సూర్య కోటికి మొదటి మ్రొక్కు.....
మాతృ దినోత్సవ శుభాకాంక్షలు

సిరికి స్థిరము స్త్రీ మూర్తి పరము
శ్రీమంత ములయందు
స్త్రీమూర్తి స్థిరమొందు
సుస్థిరత చేకూర్చు
హస్తముగా నిలిచుండు
ప్రస్తమగు జీవితమున
సమర్పణము అర్పించి
దృక్పథము దర్శించు
ధర్పణముగా నిలుచు

సద్గమన సాధ్యమని
గృహస్థునికి ఉనికి పెంచు
స్వగృహము స్థాపించి
భద్రముగా దరి చేర్చు
మహిళా ది◌ోత్సవ శుభాకాంక్షలు

చరితార్థ నిజ జీవి

ప్రకృతిని ప్రకటించు
ప్రతిరూపమున నిలిచి
ప్రతి అడుగు నడ కొలచి
ప్రతిబింబమును పరచి
ప్రతి మనిషి జన్మించు
వ్రతమునకు తను నిలిపి
ప్రతిరోజు ప్రసరించు
ప్రజ్వలన దీపమై
ప్రప్రథమ ఫలితమును
ప్రవధిగా తనను మాడ్చి
ప్రపంచ గమనమున
పరిమళము వెదజల్లు
చరితార్థ నిజజీవి
స్త్రీమాతృ చిరజీవి

ప్రకృతి వరము వికృత నిలయము

ప్రకృతి వరమును పొందితివి
ప్రస్తుత మానవ రూపమున
అరవ జ్ఞానము కలిగివితి
అదనపు బలమున చేరితివి
ప్రకృతి పరచిన వనరులను
వికృత పథమున మలచితివి
అడవుల నరికిన అధమమున
కరగని కంకర పరచితివి
రథములు ఎన్నో నడిపితివి
పొగలతో నిండుగా నింపితివి
ధూమము క్రక్కిన వికటముల
ధరితికి వేడిని పెంచితివి
కోరిక తరగని విధములలో
కర్కశ మనసును కలిగితివి
ప్రాణుల వంచన చేచితివి
ప్రాంగణములను మలచితివి
అంగరంగ వైభవములకు
అందినవరకు దోచితివి
నగరపు బాటల గోడలలో
నాగరికతయని తూగితివి
నైసర్గికములు తుడిచితివి
వైషమ్యాలను పెంచితివి
ధ్రువముల కరిగిన హిమములతో
ద్వీపము ముంచి వెలచితివి
సునామి సుడులకు మునిగితివి

భూకంపన సందున నలిగితివి
రాక్షస గాలులకెగిరితివి
తోర్నోడోలకు తిరిగితివి
ముసళ్ళ పండుగ ముందుంది
తరములు తడబడు తంతుంది
వరమగు మనుగడ చిందించు
సెత్తుటి ఏటిని చూచితివి
ప్రకృతి క్రోధము పొందితివి
వికృత ప్రళయము చూచితివి

అనంత నింగికి ఎగసిన వీధిలో

త్రివర్ణ కలయిక సువర్ణ మెరుగున
ప్రతాప మిక్కిలి పతాక మెగురని
నివాస నింగిలో విశాల వీధిగా
పాల పుంతలలో కూటమి పుటలలో
ప్రయాణ ఊటలలో వేల కోట్లలలో
బ్రహ్మాండ అందము అనంత నింగిలో
పొందిన మనుగడ అందిన వరకు
పొంగిన మనసున నింగికి సరసన
తరంగ తుంగము తతంగ భంగిమ
ప్రచండ లోకము లోలక మనంగ

కంచెల వలయపు చెంచల మనసు

అంచెల అంచెలా పరచిన కంచెలు
చెంచల మనసున పంచిన తపనలు
తుంచిన కంచెల విరిగిన తలపులు
పంచగా వంచిన కంచెకు విశదము

కదలిన కాలపు రచనల కలయిక
జరిగిన చరితపు పుటలను తలవగా
వదలని గురుతులు పదిలపు చేరుక
తెలిసిన పలుకులు తెరవిడి తేటగా

పలికితి దీటుగా ఒలికిన మెదడున
కలిగిన మెలుగులు వెలుగున కదలగా
కలలకు పరిమిత కరిగిన దినముల
వదలును పదిలపు వలయపు కథలుగా
చెంచల మనసున కంచెల వలయమా ?

మద్యమత్తు గమ్మత్తు

చుక్క వేశా చుక్కల్లో తిరిగా
చిందులు వేశా చందములు మరిచా
చురుకుదనానికి చురుక్కెదురు చేశా
చూపులు చరిచి చేటును కోరా
చక్కని జీవికి చిక్కులు జేశా
ఆలిని మరిచా వాలిని తలిచా
ఇల్లాలు పిల్లాడు అల్లాడ జేశా
అర్ధాంగి అధరములు అదుగంట జేశా
సహజీవి సహనమును అపహాసము జేశా
సంసార సహజీవికి నిస్సారములు గొలిపా
ఆధార ఆప్తులకు బాధాకర మయ్యా
తాళికి తాకట్టు తగ్గట్టు జేశా
తోబుట్టు వాకిట్లు లేనట్లూ నడిచా
ఇంటిని వదిలా వీధింట తిరిగా
పండంటి కాపురము పడదంటు మెలిగా
రక్తికి లోనై వృత్తిని వదిలా
భుక్తికి కరువై రక్తములు జూశా
ఆప్తులకు గోతులను అదనుపై తవ్వా
పెడదోవ కదచేర వడివడిగా నడిచా
మద్యమత్తు గమ్మత్తు మైకమున తేలా
సంపత్తు సర్వములు కొవ్వత్తిని జేశా
జీవనము నరకమై కడకొరిగి తలిచా
జీవితము చేరినది చివరిదై నిలిచా

నిచ్చెనా నీ ఎత్తెంత సుమా?

ఒంటిని తొలచి మెట్లను పొడిచి
ఎదుగుకు ఎత్తున గోడకు ఆన్చి
పరుగుకు భద్రపు అడుగుల పరచి
అడుసును అడుగుల జాడలు పేర్చి
గడుసున నడచిన పడచుల పర్వము
గతి అది గడచిన గతముల గాథలు
విధివిద వివిదము నవయువ మైకము
కాలపు కలయిక కలలకు చేరువ
చేరిన నవతకు చేర్చిన అంచెల
చేరువ చేర్చును బేరపు చర్చకు
నేరము నిలిచిన చెదలకు చేరువ
పొదుగుకు ఒత్తిగా భూమికి దించి
పొదుగుకు ఒత్తిగా భూమికి దించి

సంతోషము

సంతోషమునుకు సకలము కదిల్చి
సరితూగుటకు సుంకము విదిల్చి
సమతుల్యమునకు తృప్తిని మిగిల్చి
సతమత మతస్థితి తిరుగుట రగిల్చి
సరిసమ తిరుగున మరుదిశ మరల్చి
రగిలిన రకముల పరుగుల గురించి
ఎరిగిన స్థిరమున తలపుల వరించి
తెలియ నేర్పునది కాలము కరిగించి

పెంచిన పొట్టకు పొంచిన ముప్పు

కుండ నిండులా నిండా తింటినని
  దేహ బండలా ఒళ్ళు పెంచితని
కొవ్వు మకురులతో నవ్వు వికరులుగా
  రువ్వి రువ్వు మరి మాట పెంచితిని
వెలుగు నింప ఒక దారి వదలితిని
  కలుగా మంచి అను తలుపు మిగిలితిని
పెల్లు పెల్లువలో కుళ్లు కలిగితిని
  చిల్లి గవ్వ సరి వదుల మరచితిని
తెలుప కాలమను నిజము మార్చినది
  వలచి రోగమను యముడు కాచినది
వెలుగు వెలిగినది మిగులు భారమని
  తెగులు తగులపడి ఒదిగి మిగిలినది
ఎదుగు ఎదుగ అది విర్ర వీగినది
  మెదుగు మెతుకులకు మెతక చిదిగినది
బ్రతుకు బ్రతుకుటకు ప్రాకి తేలుగతి
  గతుకు గోతులుగా నడక సాగునది

మారిన తిండికి మరణపు వడ్డన

పాములు కప్పలు పురుగులు కీటకములు
పండించి వడ్డించ పరిపాటి సరి కాగా
పగలబడి తినమరిగి మనుషులని పిలువగా
సరిచెయ్య ప్రకృతియు వికృతముగా తలపడగా
కోరంకి బహురూప ప్రళయమును తెలిపింది

నిలువదు నిలువదు

నిలువదు నిలువదు నిరతము దేహము
అరువది దాటిన కరుగును కాయము
చెరుగును చర్మము మరుగును రక్తము
పలుచగ రోమము తెలుపున మీసము
రూపము చెదురును వేషము మారును
చూపులు తరుగును చేతులు వణుకును
కాళ్ళకు కీళ్ళకు వాతము చేరును
కాలినడకలకు కలలు గనుటయగును
కాల గమనములు పడక పరిమితమగు
ఏగుదెంచుటకు ఎదురు చూచెదవు
వీడు కాలమున వేచియుండెదవు
మత్తు మందులలో మునిగి తేలితివి
భుక్తి రక్తులకు పరుగు దీసితివి
రాసకేళికై రంకె లేసితివి
భాష పరుషమున పరుల చూచితివి
ఊట కాయమును ఊపి తిరిగితివి
బలుపు అహములకు కులికి ఎగిరితివి
మనసున అలజడి తనువున తడబడి
మనిషి ధ్యేయమును ఎరుగ మరచితివి

మానవతా మర్కట గతి?

వనమంతా తనదేయని
వనమృగముల మట్టి కలిపి
తనవంతుకు తుడచిపెట్టి
తన సుఖమున బాట పరచి
తన శైలికి ఉనికి మార్చి
కాంక్రీటుల వనము చేసి
యంత్రములను వాడ మరిగి
ఉష్ణమున ఉడుకు పెంచి
ధరితి చూడ కన్నీటిని
శ్రేష్టమైన మానవుడని
శ్రేయస్కర పలుకు ఒలుక
శేషునిపై పవళించిన
విష్ణు మూర్తి క్షమించునా?
శివ శాంబుడు మెచ్చునా?

నీలోనే నిన్ను చూడు

నీ లోని నిన్ను చూడు
నీ తోనే నిన్ను కలుపు
నీ జన్మకు దృష్టి ఏది
నీ మార్గము ఆశ్రయించు

ప్రయాణ మను జీవితమున
యానమైన దేహమందు
ప్రాణ మనబడు సూక్ష్మ సుఖము
కానరాక కరుగు శకము

కాలచక్రపు శకటమునకు
కానకలుగు కారరణ్యము
కలగలిపిన సగటు మిగులగ
కానకాలము వికట కటకముగ

కరిగి నలిగి అలసి సడలి
కలబోసిన బెరడు మిగిలి
తలపోయెడు తంతు మిగుల
వడ పోతకు మిగిలి మిగులగ

కడ కాలము అగుపించగా
తడి పడకకు తలపు పడగ
వడి వడిగా అడుగు పడిన
కడు కాలము అగుపించునో?

మానవ స్వార్థమా మాటల అర్థమా?

ఉదయించే పగటివాడు
విధియించిన సిస్తు కలదా?
పెదచల్లెడు చందమామకు
ఆహ్లాదపు పన్ను అన్నదా?
జడివానను కురిపించే
తడి మేఘము రుసుమన్నదా?
నదులన్నియు తమ దారికి
కంచె వేసి తమదన్నదా?

అడవులలో తెగ మాగిన
కాయలకు వెల అన్నదా?
అలుపెరుగని అసలు వదలి
ప్రకృతికి ప్రతిఘటించి
తనకనునది ఎరుగనిది
తన దారిన తనకను విది
విధియించగ చేరు దివికి
ప్రవహించెడు స్వస్ఛ నదికి
కనిపించిన అగుపించిన
అన్నిటినీ ఆక్రమించి
విక్రయమున క్రయమునకును
వక్రతముగా వ్యవహరించి
స్వార్థ గుణము సరి చూపుచు
తులతూగుట దరి చేయుచు

సరి పాటుగా సగటు పడగా
సవరించెడు వారు కలరా?

కుకుర కృతచరం

లక్షల నిజం అక్షర సత్యం
కక్ష్యల అమరిన వీక్షణ దృశ్యం
కక్షలు చెరచిన మెకాలే సాక్షరం
దీక్షకు పరచిన మనుగడ లక్షణం
దైనిక సమరం పైశాచిక రసికం
త్రుణిక చంచలం చపల అంచలం
క్షణిక కాలపు సుఖముల అంబరం
తృటిత తత్పరం కుకుర లక్షణం
ఘుటిత ఘాతుకం భ్రుకుటి కల్మషం

నిజము నాకు ద్వేషమా?

ఇన్నాళ్ళ జీవితమున కనులార చూచినది
నాకోసము తనకే అని జీవించిన రోజు ఏది?
ఎదుటివాడు తలపు కనగా పన్నినది నావేషమా?
పగటి వాడు పండించిన నిజము నాకు ద్వేషమా?
కలగన్నది సహకరించు విధి వశమున విధితమా?
తనకున్నది తనకు రగిలి తనకు చేర్చు నిజబలమా?
కలలే అవి సాకారము ప్రాకారపు గురి చేరగా
ఇలలో అది ఈల వేసి తృటిలో మరు గురికి మార్చు

గుర్తింపుల గురికీ మరిగి వ్యర్థమయిన కాలమునకు
నిర్ధించిన జన్మ సత్తు నిందించిన దిశను తాకి
వర్తించిన అర్థ రహిత స్వార్థ భరిత సౌమ్ము సోకు
అర్ధించెడు గుణము వదలి అలజడులలో ప్రాకెనో?
జీవి పేర్చు నటన కటకము
నటనల సర్వం కాలపు పర్వం
ముసుగుల మకుటం రకరక ధారణం
నాటక శకటం దినదిన ప్రకటితం
సభ్యుల అబ్బురం మభ్యుల ఉబ్బరం
భ్రమలకు భ్రమితం ప్రకటనల అమితం
భ్రమణము తెరచును విదితపు కవచము

గతమను అవగతము

మనసున నిలచిన గుణమున కన్నది
ధనమను స్వార్థము నడిచిన పెన్నిధి
గడచిన కాలము నిలిపిన పలుకది
పలికిన గతమును ఒలికిన పిలుపిది

కారణ పరములు పలుకుల నిలువది
నియంత్రిణ సడలిన కాలము నిలబడి
తహ తహ లాడిన అహమున గృహమని
లయమున కదలిన నిర్ణీత నిజమది

సుస్థిర మనుకొని చక చక పరిగిన
విస్తరించిన విస్థార బలుపది
వ్యస్థ వ్యస్థకు శాశ్వత వరమని
ఉక్త గ్రస్థముల గస్తు కాచినది

సప్త నాడులకు అప్పుడన్నది
నిత్య గ్రహణమని సత్యమన్నది
నిత్య శోభలకు సమయమన్నది
భత్య భావముల గడచి నిలుచునది

కాల గమనములు సరళ వృత్తమున
యాన సాగరము కాన గనునది
దట్ట దిట్టమున కట్ట అట్టుడికి
గుట్ట గట్టులకు చేరు ఘట్టమది

కాలము కదలునా

కలి అను యుగమున
కాలము ముదురున
గడచిన తరుణము
చూచిన ప్రాణము
ప్రాంగణ మంతయు
పరచిన కుటిలము
ప్రాశల వరదకు
ప్రాకిన బురదను
తాటికి పేడిన
త్రాడుగా అగుపడి
త్రాచును దాల్చిన
తాండవ రూపమా
మాడ్చిన మార్చిన
కూర్చిన ప్రళయమా?

కోరలు దువ్విన కోర్కెల పర్వము

దక్కినవే కదా వచ్చిన మనిషికి
తక్కినవన్నీ తెచ్చిన తెలివికి
దక్కని తక్కిన కోరిక వెలువడి
దిక్కుల జోరబడు కాలుకు తన్ని
పక్కలు నిలబడు నిద్దుర కొరవడి
డొక్కన పెరిగిన మక్కువ తడబడి
ఎక్కడి బ్రతుకున నెట్టిన గమ్యం
ఎక్కడికక్కడ అల్లిన మృగ్యం
చిక్కుల ముడిపడి మిగిలిన తథ్యం
విప్పిన ముడులకు ఆగుపడు శూన్యం

చెడును వీడి చేరు నాడు

నేను అన్న తనను విడిచి
నాది అన్న తనువు మరచి
వీధికున్న పెర్రి మరళి
ఏది అన్న వెతుకు తరలి
ఎల్ల వేళ విర్రవీగు
కల్లలోనే తూగిన విధి
తూలుతున్న సంపద సిరి
తేలియాడు సమయపు దరి
ఎగువ తెగువు ఎదకు ఒదిగి
ఎగురింతల ఎగిరి ఒరిగి
అరుగింతల అగుట నాడు
చిగురించెడు చెడును వీడు

ఆకార వికార అహమా భావమా?

నేనే నేనే నేను మాత్రమే
నాదే నాదే నాది సూత్రమే
యుక్తమైనది ఉత్తమమైనది
తక్కినవన్నీ తేలికైనది
దక్కినవన్నీ నాకు మాత్రమే
దక్కని వన్నియు నాది కాదని
అర కొర చిక్కిన చేత ఉన్నది
సరి పడ చెర పడి సర్దుకున్నది
మధమున మునిగిన తగవుకొన్నది
మదనపు సుఖమున ముడుచుకున్నది
విరిసిన విసరున మాట వీచునది
కసరున కసువును మీద పూసుకొని
విసరున వరుసగా ముసుగు ఒదుగునది
అహంకారమా అహంభావమా
అహమున కరిగిన ప్రకార వికారమా?

ఆశలతో అంతము?

ఆశలతో ఆశలలో అత్యాశలలో తూగిపడి
నిత్యము మనుగడ గడువగ పడపడి
తీరని కోరిక మదికి పడి
జీవిత మనుదిన విధమై నిలబడి
ఆశల దట్టపు గుట్టలవి
మూటల చేరిన చెత్త కని
చిత్తము విత్తిన వదలని కనగని
చేరుక నిలిచిన దినము కన
చేరును చిత్తము ఎవరిదని?

చిటికెడు మిగిలిన జీవన రమ్యము
తిరిగి చూసిన వేళకు తెలిసెను
తరిగిన కరిగిన జీవిత భాగము
తిరిగిన లోకపు లోలపు గోళము
ఒరిగిన గమ్యపు సమీప విలయము
విచ్చల విడిగా సాగిన విధిపరము
స్వచ్ఛత వదలిన జీవన నాణ్యము
పచ్చిక మేసెడు పశువుల క్రమము
నచ్చిన మెచ్చిన ధ్యేయము ధనము

ప్రబలిన పదవుల వదలని కుతూహలము
కలిగిన ముడిపడు ముంగిట ముసలము
కలగను అందెల పందిరి కలహము
కవళిక రవళుల విరళలపు లిఖితము

మాటల కాలము నాటికి నేటికి

నాటి మాటలు కాటికి చేరెను
నేటి మాటలకు మూటలు చేర్చును
రేపటి నాటికి ఊహలు చేర్చుట
వాటిక పేర్చిన దరికి ఒరుగునా?

బోధ పడని తన మెదడుకు సహితము
అభిరుచి కలిగిన ఘనతకు వికటితము
మేధస్సును వెలు చూపగా ప్రకటితము
శ్రేయస్సును తెల తెలుపుట గలదా?

మది మలినము గది ఎరుగగా
అది పదిలము పది పదునుగా
ఎద తెలిపిన ఎదుగు విధము
రొద కలువగా దివి మారునా?

ఫ్యాషను ఫ్యాషను

ఫ్యాషను వెనుక దాగిన శరీరము
పాశ్చాత్యులను పరికిన వేషము
ఆస్తులు పాస్తులు అవస్థల బాటలో
దుస్తులు ఫేసులు మార్చును గ్రేటులో
గస్తులు కాచిన వింత మతి స్థితి
దొంతల బొంతలు వింతల పుంథలో
మంతన చెందిన మరకల మురికిలో
కందిన కందెన కందాయముతో
కంచెను కుదిల్చిన సముదాయమును
పంచును పండిన వృద్ధావస్థకు
పరుగును పరికిన పిరికి పలుకులతో
విర్ర వీగిన విసురు కసురులకు
తుర్రు తుర్రున పరిగిన కాలము
కస్సు బుస్సులలో దూకిన సూత్రము
రుస్సు రస్సులను రగడకు ఒలికి
వెర్రి వెదవగా ఎదుగును వక్రము

వలదు వలదు కలిగి వదులు?

జీవిత మన్నది
జన్మల బాట
దినమొక రణముగా
జరిగున ఘుటలుగా
దినదిన గణనల
గుణమున అలసట
అవరోధములగు
అవరోహణమున
ఆయువు పట్టున
అరిగిన కాయము
తరిగిన ప్రాయము
కరిగిన ధృఢమున
ఒరిగిన ధ్యేయము
విధికథ వశపడి
పథముగా పరచిన
వ్యర్థము అగుపడి
నిరర్థక మగునా?

చదువా చేదున పథ క్రమమా?

వ్రాతలు మోసిన అక్షరములతో
పదములు చేర్చిన భావజాలములు
వీనుల మెదిలెడు వివిధ నాదములు
మనసున కురిసెడు హరివిల్లువుగ
మనీషికి చేర్చును ఆహ్లాదముతో
విన్నది కనగా కలలకు ప్రవదిగా
ఉన్నది విన్నది అన్నది కలగా
సన్నిది పెన్నిది సన్నది కనగా
నున్నని నునుపుగా నునుపది వినగా
అలుపది పది పది నలుపుకు పడగా

గర్వమే సర్వమై

దేనికో పదిచిన గర్వము మధముతో
దేనికో వలచిన వలయపు దినములో
దేనికో నిలిచిన జీవము దరితిలో
దేనికో తరిగిన తిరిగిన పరిధిలో
ఉనికిలో పరికిన ఉపశమన సరళిలో
పాటలై ఊటలో ఉటుకుట గరళిలో
తేటలై తాటలకు బాటలుగా వీధిలో
విసరుటై పెరిగిన మరుగునకు ఎసరుతో
సులువుకు శుభముగ జయమను శోభగా
జయ జయ నాదము ప్రతిమకు క్షోభగా
కరతళ క్రమముల పలువిధ క్రోధము
విరివిగా విసరిన వరుసల విధముగా
సరసన మొలచిన పరమావధియో?
చప్పుడు లేని డప్పుల జీవితం
డప్పగ డప్పగ చప్పుడు చేసి
చక్కగా పరిగిన జీవిత గుర్రం
అలసట లేని మసలుట నేర్చిన
గతుకులు గోతులు దాటిన పైనం

పట్టెడు పగుగున నట్టెడు వయసున
నెట్టుచు గడచిన చక్కని జీవితం
కామము క్రోధము లోభము మోహము
మెదగని మిగులుగా పదిలపు నిలువగా

వదలని అహముతో ఇహపర సుఖముల
తహ తహలాడుచు లాగిన బరువును
ఆగిన చోట జీవిని విడుచును
ప్రాణము పెరకిన యమకింకులతో

జీవిత నౌకను చేరిన రౌతు

ధృఢమును పొందిన యుక్తపు వక్తము
జీవన నౌకను చలనకు రౌతుగ
ఉక్తపు యుక్తము వ్యక్తము చేర్చి
ఊరడించిన ఊరు ఉదరములు
చేరి పరచిన ఆశీర్వచనము
చేరు దేవతలు చేర్చు దీవెనల
ధివికను సౌఖ్యము జీవన భాగ్యము

మాయా మోహము

తనకున్నది   తలపు మరచి
తనకన్నది   తరిగి విడచి
తనకైనది   తెలిసి వదలి
తనకనునది   కాదనునది
తనకనువుగా   తనదనునది
తనువు మనసు   తగిలి బిరుసు
తెగ తెంపుల   తగవు కలిపి
తగు జీవిని   తరుగ తుడచి
తన తృప్తిని.   తిరుగేసిన
తనవంతుకు.   తగులుకున్న
తుదిశ్వాసకు   తెర మాయమో?

స్థాయి స్థాపించిన అస్థాయి

మనిషికి మనిషి
 మలచిన దూరము
మడవకు పడవకు
 కలిగిన భేదము
మనసుకు మనిషికి
 మధ్యన భరితము
మమతకు తమసకు
 మిగిలిన తారతమ్యం
జీవికి కలుగును
 దైవ ప్రమేయము
కనుగొన కలుగును
 జీవన ప్రమాణం

నిజ వలయము సృజన నిలయము

తప్పటడుగు తడబడేసి
తప్పు ఒప్పు తెలియ నేర్చి
తనకు తానే తుదకు కూర్చి
తకదిమితక తడక పరచి
తడిమి తరిమి తురిమి తెరయు
తనవంతుకు తలకెగిరిన
తల బిరుసుకు తెగ వలచి
తడ బాటును తుది చాటున
తులములలో వెలకొలిచి
తుంగములను తతంగమనుచు
తరంగ రంగ దమరకపు
త్రినేత్రి చేయు త్రియంభకము

నోరు హోరు భుజించిన జోరు

ఉన్న నోరు ఊరడిల్లి
ఉబుక కడుపు నిండా పట్టి
తిన్న తిండి అరిగి ఎండి
తన్ను తనకు తిరిగి తరిగి
పరుగ పరుగు బడలిక అని
ఎరిగిన పని ఎరుగ ఒరిగి
కునుకున పడి మెలుకువ కన
రోజులు అవి వారములగు
నెలలు గడిచి వత్సరముల
గణన చేసి వడ్డించిన
వయోధికపు గుణము చూప
నవ యువతకు నవరసముల
నవ నాడుల నడక కలుగు
నవ నాగరి కతన ఉలుకు
కన కానపు కాల నెలవు

రోగము నేర్చిన భోగము

టెస్టులు చేయాలి
లిస్టులో స్కాన్ లు కావాలి
టెస్టులో ప్రిస్క్రిప్షన్ రాయాలి
స్పెషలిష్టుతో అప్పోఇన్మెంట్ ఉండాలి
ఆపరేషన్లు ఆరవేసిన
అసలు బతుకు ఆరిపోవు
పుట్ట గొడుగులా వెలసిన వైద్యం
విచ్చల విడిగా సాగిన దైన్యం
చిల్లు చేరిన జేబుల తీరం
తెల్లతెటగా కరోనా దర్పణం
సుగరు వ్యాధి ఒగరు బాధ
ప్రెషరు బారి లెషర్ కాగా
కొలస్టాల్ కొంప నిలిపి
కోకొల్లలు పేర్లు కలిపి
గిలి కలిగి బలి కలిపి
కలి బతుకును కరిగించు
కష్టార్జిత ఇష్ట ఫలము
నష్టమునకు నడకపడగ
తిష్ట వేసి తీసి ఆరా
భ్రష్టు గతిని మొదడు చేర్చి
గస్తు కాచిన గ్రస్తు కరోనా

నిద్ర చిద్రమున

భద్రమైన నిద్ర కోరి
అర్ధజామ కళ్ళు తెరిచి
అర్థ రహిత మెదడు కూత
కూడుకున్న ఆశావస్థ
చేరి కొన్న చిత్ర హింస
వ్యర్థ మైన కాలఘుడియ
స్వార్థ భరిత మనిషి చరచి
కర్తవ్య కరము ఎన్ని
ప్రార్థించిన పార్థ వరము
అర్థించును అహము వదలి?

చిల్ల2ర జ్ఞానము

ఒక సారి ఒక దారి
మరు మారు మరుదారి
పలు దార్లు దరి చేరి
కలుగినది రహదారి
కడచేర్చ బహురూపి
దిశ చేరి జ్ఞానమది
చేరువకు మిగిలినది
పిడికిడికి ఇసుక సరి
చేరుటకు వదిలినది
భూమి సరి రూపమది.

తెలుగున వెలసిన పలుకుల ఒలుకు

లెస్స పలికిన పలుకు
  ఎసస్సులందు ఒలుకు
పలుకుల ప్రతి పలుక పలికి
  పలుకులలో మెలికలు కులుకు
భావములను వ్యక్త పరచు
  భాష యందు పదము కలదు
భాష పలుక పదము లందు
  భావజాల విధము కలదు
భాష కొన్న కృతులు ఎన్ని
  బాహ్యా ములకు తెలిసి ఎన్ని
శ్రవ్య శ్రావ్య సుఖము అన్న
  భవ్య భాష తెలుగు మిన్న

చిత్తైన చిత్తమున

రాశాను రాశాను
వ్రాసినది చూసాను
చదివినది చేరగా
చేరినది వివరమున
వివరణలు తెలుపంగా
విపరీతముల గుంపు
విషపూరితమున దింపు
విజయమను జయములను
వివిధమున విధములుగా
విధిపలికి తలదింప

తల కొరివి తల కొరిగి
తలదాటు కొన కరిగి
అలవాటు అల కలుగు
ఇలవాటు కరుగేటు
పడు పాట్ల పలు చోటు
పడు వేళ పదివేలు

మది పలుకు గుదిబండ
అది చేదు చెడు చేర్చి
గదులెల్ల గుబులల్లే
గతుకులకు బ్రతుకు పడి
చితికినటు చతికిలకు
చిత్తమును చివరికని

తెలిసి తెలియని జీవన దారిలో

తెలియని దారిలో తెలిసిన వరకు
తెలిసిన పధమున తహతహ లాడుతు
తెగ తెగి తిరిగా తరుగై మిగిలా
తదితర జీవికి తరగతి కరిగా

తెలిసిన వన్నీ తెలిసిన వారికి
తెలిసిన విధములు తెలియగ పలిక
తెలవారగ పడు తలరాతలు చెడి
పడు పాట్లకును పడి పడి నిలువుగా

పరి పరి విధముల అరకొర మిగిలి
సరికొక దారిని పలుకగా నిలుచా
పరిమితి వెదకగా పరపతి శూన్యము
సరికన సరళము తరుణపు కిరణము

చెత్త చెత్తగా

దిబ్బలకు దిబ్బలు చిత్తమున చెత్తగా
చేర్చిన విత్తనము విషపూరితముగాచేరి
భువియందు దివి పలుక తనదైన తనబలుకు
తనసుఖము తనకేనని తిరిగినది తరిగిమరి
తగవునకు తెగకదలి అరుగుదల పెరుగ కని
దేహమున దేహిఅని వేగముగా జీవితము
క్షీణమును జీవి కని క్షమ ప్రార్థనలు పలుకు
క్షయమునకు దక్షతగా రక్షణకు ఉపేక్షించ
వీక్షించ వీనులుగా విపరీత పోకడకు
వివరణలు విధి కోరి?

అజ్ఞాన రథమున అలనాటి ఒక జ్ఞాని

అన్నీ ఎరిగిన జ్ఞానిని నేనని
సర్వము తెలిసిన సర్వాంతర్యామని
పంథము పట్టిన మధమున నేను
పలుకగ కలిగిన హాస్యాస్పదము
తెలుగున తెలిసిన పదములు తెలుపగా
కాలముకదలిక క్షణములరూపుగా
కుదిపిన మనసుకు కాలము మరుగగా
మిగులగ జీవికి ఆరుకు మూడుగా
అలలకు మిగులన గ్నప్తికి చేదుగా
పరిపరి పలుకుల ఒలుకుల విందుగా
పరిపాటికి తగు సరిసాటియని
పలుకుల విరసము విసిరిన వికటము
సెలయేటి ధారగా కన్నీరు మిగుల్చెను

అనుమానము పెనుభూతము

కనును మనసు అవని గ్రహణము
గృహ చలనము గతి పతనము
అనునిత్యము అగును సత్యము
స్పృహ సహనము తెర సహజము
స్మరించు జపము ధరించి నాశము
అనుభవించు కడు యాతనము
అతిశయమున అసలు విశదము
పదిలమగును అసలు సత్యము

జీవి తనువు

యుక్తులు కుయుక్తులు
ఉక్తపు సంయుక్తులు
భుక్తపు రిక్తములై
శక్తికి ప్రయుక్తులుగా
ప్రవర్తన ప్రమేయమునకు
ప్రత్యక్ష క్షితిగతులుగా
సాక్షాత్కరించు ప్రేరేపితములు
జీవియందు జీవమున్న
జీవితమున జయము మిన్న
జీవమందు జవర అన్న
జీవ తనువు శవపు మిన్న

పరిమాణ పరమాణు పరిణామ పరమానం

ప్రకృతి చెక్కిన దేహా మందిరం
జీవికి చేర్చిన ధృఢపు దృక్పథం
మనిషి చేరిన కాల ప్రమేయం
కొలికి తెరచిన కలికి ప్రకోపం
పరమాణువులో పొదిగిన వేలు
పరిమాణమున వందల పదులు
ప్రతిఘాతమున చంపిన లక్షలు
ప్రతిమలో పేర్చిన వందల నేతలు
పడినది నేలపై నిలువెల్లా కడు లోతు
ఎలుగెత్తి పలికిన అటు అగ్రశ్రేణి
నేటి పలుకున చేరి వణకు రీతి
కటికమున చేర్చినది కొరంకి వీధి

అనుమానము పెను భూతం

అనుమానము పెనుభూతము
కనును మనసు అవని గ్రహణము
గృహ చలనము గతి పతనము
అనునిత్యము అగును సత్యము
స్పృహ సహనము తెర సహజము
స్మరించు జపము ధరించి నాశము
అనుభవించు కడు యాతనము
అతిశయమున అసలు విశదము
పదిలమగును అసలు సత్యము

మంచి అన్నది

మంచి అన్నది మంచు ముక్కవలే
అంచు నిప్పునకు కరుగుటంచు భలే
ఎంచు మంచి క్షణ మంచు కణమువలే
తుంచు చిచ్చులను అణుగు క్రమము అదే
ఏడాది ప్రతిసారి ఎదురు చూసేది
ఎడారి ఇప్పుడైనా ఎరుక కళ విరాజిల్లి
చూసింది తుదివరకు ఓర్పు అది కట్టుబడి
కనువిందు కలిగించు కదలు అది కాలమున

ప్రాజెక్టు ప్రాజెక్టు

ప్రాజెక్టు ప్రాజెక్టు
జెట్టు వేగ బురిడికొట్టు
రైతుఓటు రాలు నట్టి
వీలు చేయు గట్టి మెట్టు
జట్టు చేరి దండుకొనెడు
చందమైన ముడుపు కట్టు
మట్ల లోతు మెట్లు చూడు
గట్లు చూడు గేట్లు చూడు
తూట్లు పూడు కాల్వ చూడు
నీరుచేరు వాలు చూడు
వరదనీరు పరుగు జోరు
మరుగు నీరు మలుపు చూడు
పరుగు దీయు ప్రోజెక్టుల
నిర్మాణపు తంతు చూడు
లక్షకోట్ల బడ్జెట్టులో
వేల కోట్ల చిల్లు పెట్టు
తరతరములు కరిగించిన
తరగని ఫణ గనిని చూడు
గుట్టు రట్టు చేసినపుడు
కమిటి వేసి పూడ్చిపెట్టు
గిట్టనపుడు రట్టుజూపి
గిట్టు వాడు అట్టిపెట్టు
ప్రాజెక్టు ప్రాజెక్టు జెట్టు వేగ బురిడికొట్టు

నాది అనునది యాది?

నాది నాది అని వాదించిన ప్రతిమనిషి
నాడు నేడు కొని సాధించిన ప్రతిభ అని
వాడి వేడి అగు వాదనలు జోడించి
ధనము అధికమున మదికి మధమునకు
తోడు తాడులతో ధృఢములని బంధించి
ధృవము ద్రువములగు ఎదుటి పరములకు
లంఘించి లాగించ సాగింది జీవితము

తల్లి గర్భము తరపు తీరము

పుట్టు మునుపు పట్టుకున్న
తల్లి గర్భ సంచి అంచు
పుట్టినపుడు నద్దివంచకు
శ్రావమందు తలను దించు
కన్న బిడ్డ ఒడిని మించి
పెరుగుతున్న పసిని పెంచి
తల్లి కరిగి కళలు పెంచు
పెరిగి సుతుడు బలుపు పెంచి
తల్లి బలము ఆబల చేయు
కడుపు కోత ఋణము చేర్చ
కొడుకు తీర్చ మరచి పోవు
కడకు పడక పాట్లు చూచు
తుదకు బ్రతుకు బ్రతుక మాను

అమెరికా అల్లుడు డాలర్ల దూకుడు

అమెరికా జీవన వ్యామోహం
డాలర్ల జీతపు దాసోహం
అమరిన వరుడికి అందని కట్నం
అందెలలో అతి ఆడంబరం

మరుగున మర్మం చరిచిన చర్మం
విరిగిన ధర్మం పెరిగిన క్రౌర్యం
తిరిగిన వనితకు తరగని శోకం
తరాల తడబడు నలిగిన వృక్షం

జీవన యానాం చేర్చును భారం
దీవెన దాల్చిన నావకు ఘోరం
భావన మోసిన భావపు మోసం
కాటికి చేర్చును కానవ దారుణం

పౌరుడి ప్రవరము నాయకుడి ప్రకరణము

నమ్మిన పొలము కన్నది జడము
దున్నిన రైతుకు కన్నుల జలము
శ్రమికుల శ్రమలకు శ్రవించు క్షామము
శ్రేయోభిలాషుల సుదీర్ఘ అబ్బురము
నేతల భాష్యం చేతన భాహ్యము
లేత బ్రతుకులకు మోతల నిత్యము
వెన్నెల ఫలములు వన్నెకు దూరము
కాకుల భోజ్యం కార్యప్రలోభము
వేళకు వేళల వెలలకు బేరము
కలలకు దూరం ఎన్నికల నినాధాము
వేశాకృతిని వలచిన పైనము
భ్రాతల వాంఛన పంచిన కించము
పౌరుడి పరువుకు సూన్యపు లభ్యము
నేతల వక్రం తోచిన యజ్ఞము
విఘ్నుత భగ్నం దక్షత శూన్యము
దగ్ధ రీతుల నగ్న విహారము
ప్రతిబింబించును ప్రవరపు మూలము
ప్రచండ భావన అఖండ ప్రచారము
ప్రజాధనమునకు ప్రబలిన చోరము
పన్నుల హారం వెన్నుకు భారము
జాతుల సారం బాతుల గమనము
దేశోన్నతికి దోహద కార్యము

ప్రజలకు సాకారం ప్రాకిన ఆకారము
ప్రబలుల ప్రాబల్యం ప్రతినిధుల ప్రావీణ్యము

కోపము బాధ ప్రేమ

అనువైన సూచనలు
అరుదైన అవలంబన
కరువైన సమయమున
కలుగునది కోపము
ఎదకొదగని పదములతో
పొడుచునటు విధములలో
కడు చూపు చూచు నాడు
కలుగునది బాధ
జీవితపు జాడలకు
జీవనపు తోరణము
జోడించి శోభింప
కలుగునది ప్రేమ
ఇవి మూడు కడతేరి
తలచినవి కనుమరుగ
కలుగు ఎడబాటులకు
కాలమున కనువిప్పు

ఏకాకి బ్రతుకు

సహజ మైన సహనశీలి
నిజ జీవన జనులయందు
నిజమైన నిజములుగా
నిలువబడును ఏకాకిగా
నిలువెల్ల నిజము నిలిపి
ఎల్ల వేళ మెలుగు వాడు
ఏలగాక ప్రజల నడుమ
ఎంచి పొంచు పగటి జీవి
చాలించిన వేషములకు
చివర మిగులు చిర సత్యము
కావించిన కరిగి జనులు
పోషించిను పొందు శాంతి

కాల దర్శనం

గొళ్ళెము వేసిన గూళ్ళ పంజరం
గాలికి ఎగబడు ఎముకల అస్థికం
కీళ్లు నరముల ఖండ పుష్టితం
వరముగ కలిగిన మనసు మస్తకం
రక్తము భుక్తపు ఇంధన చలితం
జ్ఞానేంద్రియముల ప్రజ్ఞపు మిళితం
ఇచ్ఛా వాంచా లోభ మోహితం
స్వేచ్ఛా కంచెల కట్టడి ప్రతి ఘుతం
మానవ మాత్రుని పాత్రకు జీవితం
దానవ సూత్రపు చిత్ర కలుషితం
దావానలముల దారి దుర్భరం
కాలానికి తగు కాల దర్శనం
గడప దాటని విలయ భూతము
కడుగ మరచిన హస్త నిత్యం
ధరిత్రి నేర్పిన చరిత సత్యం
వీధి నిలిపిన మనిషి శూన్యం
వ్యాధి కదలని జడపు సూత్రం
కోరి ప్రబలిన మరలు ధర్మం
నేర్పు వదలిన సంఘు సర్వం

భరత సంస్కృతి భరిత ప్రకృతి
విధిత ప్రబలిన ప్రజల వికృతి
బోధ వదలిన వేద ఉధృతి
లోభ సమయపు లాభ ఆకృతి
కష్టమునకు కలుగునది

విధి విధించిన స్పష్ట గతి
వీధి ఎరుగు నష్టమది
మది చేర్చును ఇష్టపడి
జాడ కాచిన నడక మానక
నడచిన దూరం తలచిన పొంగును
కన్నుల జలము కాళ్లకు సైతం
గడపకు పరిమిత గడచిన దినములు
కడుపును కుదిపిన ఆర్జన పార్జన
వలసల వలలలో చితిగిన బ్రతుకులు
చేరుక ఇంటిని కలలకు పరిమితం
విశాల రోడ్డులు స్మశాన రూపము
వికార స్వరమున వినూత విధితము
బారులు తీరిన బాహువు బహులము
ధారలు పారిన రక్తపు శిథిలము
వందలు వేలు దూరపు గుణకము
పాదము కరిగిన చేరని గమ్యం
దారి పొడువునా నిరోధ విరోధము
కండ్లకు ఎరుగని క్రిముల ప్రకోపము
ఇల్లు చూచునా ఈ ప్రయాణ యానాం
కాళ్ళు కండ్లకు కలుగునా విరామం
ఒళ్లు నిలుచునా ఇలలో పదిలం
వల్ల కాటికి ఒంటరి ప్రయాణం?

వెళ్లిందని వెల్లువెత్తి

కళ్ళు మూసి వళ్ళు విరిచి
చిల్లి బుల్లి కబురు నడుమ
తెల్లబోయి తడిమి చూచు
టీకాల చేరువలో,
మళ్ళీ మన కొంప ముగియ
సుళ్లు మార్చి ముల్లు మార్చి
సమూలంగా ఎసరు చేర్చి
ఎవరు ఎవరు ఎదుట పడుట
పడిన వేటు పడుట కాటు
కటికమునకు కలుగ ఘాటు
కొలమాన మునకు లోటు
కలిగి కాల పరిమాణము
కలుగ గాఢ పరిణామము
కోరంకీ కొలను దింపి
మళ్ళీ వచ్చిందోయీ
ఎక్కడి వాళ్ళు అక్కడే భద్రం

ఆశించకు అశాంతి కలిగి భాషించకు

ఆశించిన ఫల పూరితి
అగును ఫలిత తృప్తి
అవని యెడల కడు వికృతి
అసలు కలుగు విధి వికటి
బుద్ధి చెడును చేరి కుంపటి
మది తిరుగును బాధ ప్రబలి
దేహమునకు రోగ కడలి
రోధనకు రోజు గడచి
రోజులను తరుగా చేర్చి

చితికి చేరిన చివరి కొలికి

పాండిత్య మేమున్న
పనికిరానిదైయింది
సాంగత్యమునకున్న
సంపదలు మరిగింది
సంస్కారములు ఎన్ని
సరితూగలేదన్నది
సంసారమును వదలి
కదలి పొమ్మంది
సరి జీవి సగటులను
సరాసరి దరి చేర్చి
పసిగట్టి కడ జీవి
కడతేర్చ కడ చేరి
కొన ప్రాణమును పట్టి
కొలికి కోరలతోర్చి
విడనాడి ప్రతినాడి
ప్రాణవాయువును తీర్చి
ఆరడుగు పొడవగు
దేహప్రేతము ఒరగ
తగు నాల్గు భుజములను
కటికమున పరుగ
కనుమరుగు కడకెగిరి
కానమున కరిగి
పంచేంద్రియములందు పంచభూతముల విరిగి

అలసి మసలిన వలస కూలీలు

పొట్ట కూటికై ఎట్ట కేలకు
పుట్టిన గడ్డను వదలి వచ్చాం
కూలీ నాలికై శ్రమల కొల్లకు
అశ్రమ జీవియై విశ్ర మించాం
అదను పనులకు అధిక శ్రమలను
అందని వెలలకు పొంది ఒదిగాం
ఆలు బిడ్డలు వెడలి సడలినా
అడుసు మడతలలో అణిగి బ్రతికాం
గొప్ప భవనము రెప్ప పాటున
పెరిగి విర్రలకు వీలు చేశాం
అరిగి కరిగిన వేళ ఒదుగగా
నీడ పడుటకును నిరా కరణయే?

స్వార్థ నిస్వార్థములు

నిస్వార్థ శ్వాసముతో
ప్రతి స్వార్థ క్రియకు
ప్రతిక్రియపు సక్రియల
అతిశయపు నిష్క్రియలు
ప్రతిసత్య అనుదినము
నిలునిత్య జీవితము
కలిగినది అవనితరము
సుఖశాంతి పర్యంతము

జీవన శైలికి కలిగిన గిలి

కాలము మన కాలము కాదని
కలమున ఎగిరిన భాష ఇది
భాషకు భావము చేరిన విధమున
కలలకు కలిగిన ఎసరు ఇది
ధనము సుఖము పరిపతి ప్రథమము
పరుగుల రథమున పరిగినది
పరులను పోల్చిన పరుగుల క్రమమున
చెరిగిన చెదరిన విధము అది
అత్యాశల వ్యత్యాసము
మిథ్యాధర సత్యములై
నిత్యావస నీతి మార
గుప్తాగ్రస వ్యాధి సోకి
ఉత్పాతము కలుగ పెంచి
మృత్యోన్ముఖ దారి తెరిచి
దుఖోన్మతి దరికి చేర్చి
విజ్ఞానపు ప్రగల్భాల
జ్ఞానోదయ నేత్రములకు
ప్రజ్ఞా పర వరము చేరే

మనసులోన ఒకటి

మనిషి బయట ఒకటి
రెండు మెదిగి మెలుగు నటి
తరచు అగును మేటి
అంగరంగ భంగిమల కు
నింగి నోడ్చు నెట్టి
రంగ స్థల రంగములకు
అంగస్తల రంగు పెట్టీ
మనుషులలో మనుగడలో
అగ్రశీల అగును మకుటి
దిగ్భ్రాంతికి చేరి భ్రుకుటి
దిగ్బంధన దినపు చీకటి
యుగ యుగాల యుగము కలికి
తరతరాల కననివి చిలికి
విధి విధాల పరిధి చితికి
నవ విధాల నవత కొలికి

మేకాలెలకు మగ్గిన సంతతి

పాచి పంచముల పగటి వేషములు
సగటు విద్యలతో వెగటు చేరినను
అగుట తథ్యమని గుటుక నిత్యముతో
చిటుకు చేసినటు పలుకు తటస్థము
ఒలుక పలికిన కులుకు మెలుకువకు
ముల్లాలకు మత మార్పిడి
మొదటి గురికి హిందువుల చిరు బాలలు
లవ్ జిహాది జమ చేసిన
చెంచలత్వము చపల చిత్తము
ప్రబల యత్నముల చిత్ర తత్వములు
మనిషి వర్తనల కృత్య నర్తనలు
మెలుగు వెలుగులకు విషిత నిషితములు
దృశ్య వీక్షణలు చర్మ స్పర్శనలు
కర్ణ శ్రవ్యములు లలట గ్రహణములు
నసిక విధితముల కలుగు ప్రేరణలు

డబ్బుకు దాసోహం

ప్రాణదాన వైద్య దారి
విద్య దాన వివిధ కారీ
వేదనాద విధపు జారీ
కానరాగా స్వార్థ ధారీ
ఎగ బ్రాకిన దగాబారి
ఎటుచూసినా డబ్బు కోరి
కోరికలకు కొండ పెరిగి
దుర్మార్గపు దరికి చేర
కరుపైన కదలికలకు
కనుమరుగై కదులుతున్న
సంకటమున ప్రాణ భయము
కలిగించిన కరోనా పరం

కపట కాంతికి వికట శాంతి

సహజ మైన సహనశీలి
నిజ జీవన జనులయందు
నిజమైన నిజములుగా
నిలువబడును ఏకాకిగా
నిలువెల్ల నిజము నిలిపి
ఎల్ల వేళ మెలుగు వాడు
ఏలగాక ప్రజల నడుమ
ఎంచి పొంచు పగటి జీవి
చాలించిన వేషములకు
చివర మిగులు చిర సత్యము
కావించిన కరిగి జనులు
పోషించిన పొందు శాంతి

మిథ్యా దర్శనము

రూపము రుజువుకు
శాపము ధనము
ధనమును పొందిన
కలుగును వాంఛము
వాంచన అమితము
చేర్చును హృదయము
చేరుక పేర్చిన
యుక్తుల వలయము
అ ల్లి న వలలకు
అతికిన నిలయము
అగుపడు నటనలు
అహాముల కపటము
అంత్యపు భరితము
మిథ్యా మిళితము

జీవన గమనం జీవి గమ్యం

సంపాదనమున మునిగి తేలితివి
తెలివి తేటలతో ఉరికి ఊగితివి
బలము ధనములకు గళము విరిచితివి
దినము వేలు పడి గడువ చూచితిని
గమనము గమ్యము రమ్యము చేరుట
సమయము సరిపడ ధృవమున ధ్రువపడ
స్థిరమను స్థిరమును అస్థిర పటిమతో_
స్థితిగతి తెలియుట స్థూల సమయమట
ప్రతి ఒక్క సంబంధ మానవ మనసున
ప్రతిబింబమున చూపు అది ఒక నటన
ప్రీతియగు సత్యమును నిత్యమున దాయుట
సత్యమగు సత్యములు బహిర్గతము కాగా
నిత్యమగు సత్యములు బహిష్కృతము అవగ
అనుబంధమును చేరి అతి దూరమున చేరుగా
బాంధవ్య బంధములు బలపడిన మరుజాడ
గుణవతుల గణితములు గుణితమున దరిచేర
అహర్నిశలు అమితమున అపభ్రంశముల చేర
ప్రతి చెట్టు తనచుట్టూ ధరించును తన తాట
తాటలకు తనవంతు తలవంచు గాలివాట
చెట్టు అది స్థిరపడునే బలమైన బహునాట

అనాది కాల భరత వ్యాప్తి
సనాతనము జనుల ప్రాప్తి

మరు శ్వాశ అనునది
మరచినను ఆగనిది
అంతమున సంతరించు
తుదిశ్వాస వరకు అది
దేహమున మోహమున
దరియించి ఉంచునది
సంతరించిన జీవి
అంతరించుట వరకు
సొంతముగ పంచునది
నమ్మకమను అంశమది
విశ్వాసమును కలిగి
విశ్వమును నడుపునది
అవని పలికిన దారి
అనాది కాలములు
ముత్తాతల మొక్కుబడిగా
అనుసరించిన దారి
యుగ యుగాల కీర్తితో
సనాతనమని పదిలంగా
సహనమున భరియించి
సహజమున ధరియించిన
ఎలుగెత్తి పలుకునట్టి
అసమాన అసలు దారి
భరత చరితపు వ్యాప్తి

మగ్గిన సంతతి

ముల్లాలు కొర కోసి
హూరాలు ఎరచూపి
నరాలు తెగ తెంచి
ప్రాణాలు పొగ కలిపి
మానవతా మరు శాంతి
అని పలుకు ముల్లాలు
కరిమబ్బు టెంటులకు
కనురూపమును దురిమి
లింగముల టింగులకు
అంగములు అడుపరచి
ఆటాడ తొడ తొలచి
ఇంటిలో బలిపశువుగా
బంధించి కడుపుంచి
పిల్లలను పుట్టించు
యంత్రముగ అరిగించు
మలిచి మెలికలకు
ఆయువుకు ఆడదిగా
అణిచి వుంచెడి కోము

సనాతమునకు సంతరించన
పరాన్న జీవుల పంచ శత్రువులు
ముల్లా మిషనరీ మార్క్స్
మీడియా మెంటలిజెంట్లు
అనబడు పంచముస్క్కరులు

రండి రండి తిండి మండి

పాములు కప్పలు
పురుగులు కీటకములు
పండించి వడ్డించ
పరిపాటి సరి కాగా
పగలబడి తినమరిగి
మనుషులని పిలువగా
సరిచెయ్య ప్రకృతియు
వికృతముగా తలపడగా
కోరంకి బహురూప
ప్రళయమును తెలిపింది

వాంఛములు వంచముల పంచు

రూపము రుజువుకు
శాపము ధనము
ధనమును పొందిన
కలుగును వాంఛము
వాంచన అమితము
చేర్చును హృదయము
చేరుక పేర్చిన
యుక్తుల అల్లిక
అల్లిన వలలకు
అతికిన బ్రతుకున
అగుపడు నటనలు
అహముల కపటము
అంత్యపు భరితము
మిథ్యా మిళితము

మిథ్యా సత్యము

మిథ్య అను సత్యమును
నిత్యమున వ్యక్తముగ
ఉక్త మగు నృత్యములు
వక్తముల వక్రులుగ
నిత్య క్రమచిత్రములు
సూత్రముల పాత్రలకు
గాత్రమున స్తోత్రములు
జ్ఞానమగు ఆరులలో
అజ్ఞాన వీధులలో
విహారించి తరియించ
తలంచిన నరధీటు
ఆటు పోటీలకు అంతరించుట ఘాటు.

జీవి తనువు

యుక్తులు కుయుక్తులు
ఉక్తపు సంయుక్తులు
భుక్తపు రిక్తములై
శక్తికి ప్రయుక్తులుగా
ప్రవర్తన ప్రమేయమునకు
ప్రత్యక్ష క్షితిగతులుగా
సాక్షాత్కరించు ప్రేరేపితములు

జీవియందు జీవమున్న
జీవితమున జయము మిన్న
జీవమందు జవర ఆన్న
జీవ తనువు శవపు మిన్న
జన జీవన స్రవంతి యందు
నిజ జీవన కాంతి ఎందు?

సనాతనము అవని పథము
సగర్వంబు సగము వదలి
సర్వ జనుల విదిత విధపు
నిర్విరామ సర్వ వ్యాపి
సనాతనము సహజ వ్యాప్తి
అనాది కాల కాల వాహిత
అవని దరిత భరత భవిత
జయపు ఒలుకు జయము పలుకు

గడప గడపకు

గడపకు గడపకు
గరిమము సమము
సమయపు సమములు
సవరణ క్రమములు
గడచిన గడువులు
విరిచిన క్రమమున
నిలిచిన నిరతము
పరచిన ప్రతిపథం
ఆరాట పోరాట
కెరటాల పెనుగులాట
కడదాకా కనగలుగే
కిరీటాల కలుగాట
మెలుగాట వెలుగాట
పలుకాట పగటాట
సెగతగిలి బుసకలిగి
రసరుసల వలసాట

కలి నవతకు చిరు కొలికి

మనసులోన ఒకటి
మనిషి బయట ఒకటి
రెండు మెదిగి మెలుగు నటి
తరచు అగును మేటి
అంగరంగ భంగిమల కు
నింగి నోడ్పు నెట్టి
రంగ స్థల రంగములకు
అంగస్థల రంగు పెట్టీ
మనుషులలో మనుగడలో
అగ్రశీల అగును మకుటి
దిగ్భ్రాంతికి చేరి భ్రుకుటి
దిగ్బంధన దినపు చీకటి
యుగ యుగాల యుగము కలికి
తరతరాల కనని చిలికి
విధి విధాల పరిధి చితికి
నవ విధాల నవత కొలికి

నవతకు యువత

కుటుంబము అను మకుటమునకు
అనుబంధము అను వారధియై
సంబంధము అను సమపరిధిలో
సంసారము అను సాగరమున
సహనముతో సహజీవనము
సాగించు సాహస జీవులకు
సహస్ర కోటి వందనములు
సంపాదనమున మునిగి తేలితివి
తెలివి తేటలతో ఉరికి ఊగితివి
బలము ధనములకు గళము విరిచితివి
దినము వేలు పడి గడువ చూచితిని
గమనము గమ్యము రమ్యము చేరుట
సమయము సరిపడ ధృవమున ధ్రువపడ
స్థిరమను స్థిరమును అస్థిర పటిమతో_
స్థితిగతి తెలియుట స్థూల సమయమట
ప్రతి ఒక్క సంబంధ మానవ మనసున
ప్రతిబింబ మునచూపు అది ఒక నటన
ప్రీతియగు సత్యమును నిత్యమున దాయుట
వినరా వివరము వినుదువు రామా
సత్యమగు సత్యములు బహిర్గతము కాగా
నిత్యమగు సత్యములు బహిష్కృతము అవగ
అనుబంధమును చేరి అతి దూరమున చేరుగా
వినరా వివరము వినుదువు రామా
బాంధవ్య బంధములు బలపడిన మరుజాడ
గుణవతుల గణితములు గుణితమున దరిచేర

అహర్నిశలు అమితమున అపభ్రంశముల చేరు
వినరా వివరము వినుదువు రామా
ప్రతి చెట్టు తనచుట్టూ ధరించును తన తాట
తాటలకు తనవంతు తలవంచు గాలివాట
చెట్టు అది స్థిరపడునే బలమైన బహునాట
వినరా వివరము వినుదువు రామా

లైన్లో నిలుచొని ప్రేయర్లు లేవు

క్లాసులో కూర్చొని రైటింగ్ లేదు
లీజరు పీరియడ్ల ప్లేజర్లు లేవు
సీజన్లో సెలవుల రీజన్లు లేవు
మిత్రులు శత్రువులు చిత్రముగా ఇకలేరు
మిగిలింది ఇంట్లోనూ మొబైల్లో అగచాట్లు
మాబడికి మొక్కుబడిగా
మొదలైంది చేతబడితో
కరోనా కనబడితే వగొట్టు వీలైతే

అసలైన సనాతనము

ఆర మూట బియ్యమునకు
అసలు మారిన దయ్యము
బిగపట్టి బుసకొట్టి
ఓటుపెట్టెలు నింపి
కోట్ల కొల్లకు సొంపి
కాట్ల బీట్లను చూసి
ఎండు మావను తలుపు
నిండి నెమరును తెలుపు
గండిపడి గుండెలలో
బండపడ బ్రతుకులో
ఆలయపు వలయములు
శిథిల పడ శిరసు పడి
పెకిలి వికలములు
పకపక పగులబడి
నక్క వినయము పలుకు
ఎక్కడికి చేరినది
ఎనలేని కాల భరిత
అసలైన సనాతనము?

బాల్యస్మరణల పరము

మనుజుల నడుమ
ముడిపడి వీరము
పదవులు పరచిన
పరిచయ పరమున
పిలువగా జనులు
పీఎం సీఎం
నిలువుగా నిలుచును
ప్రాణ మిత్రులుగా
వదలదు పదిలపు
గురుతుల గరుకున
ఎకరపు ఎకరము
ఏలిక ఎగిరిన
తూకపు తులముల
తులతూగినను
లక్షలు కోట్లు జమ
తమ మొత్తము
జయము జయమను
ఘోషము ముంచిన
జరిగిన ప్రాయము
జయప్రద బాల్యము
జనజీవనమున
జరిగిన స్మరణము
స్మరించ స్మరణకు
కలిగిన దృక్పథము
తరించి పంచును పెం

చిన ఆనందము

మగతర దినోత్సవము

మిక్కిలి హర్షపు చక్కగ పుట్టగ
మగసరి వర్షపు చెక్కిన బాటగ
దక్కిన గర్వపు సర్వపు ధీటుగా
ధరించి తరించు తుంటరి లోతుగా
భారము మోసెడు యువతికి భుజముగా
జీవిత బాటకు చేరిక పీటగ
సాగర తలమున సంసారి ఈదగా
జీవన స్వరమున శృతి లయ తేలగా
జీవము చేర్చును మిగిల్చిన చేదుగా

సనాతన పరంపర

గర్వంగా చెప్పరా సనాతన పరంపర
వేలకు వేళ్ళ ఏళ్లనాటి వేళ్ళు పూనిన దేవుళ్ళు
వెలలకు తిరగని తరగని పరంపర
ఘాతుక ధాటికి దాటిన తుంపర
త్రాటికి పేర్చిన న్యాయ తంబుర
మానవ జీవిక ధృఢపడి మనుగడ
అల్లరి మూకల అల్లిక పెరుగగా
చిల్లర బ్రతుకుల రెచ్చకు చిచ్చుగా
మత మార్పిడికి దయ్యము చేరగా
సతమత మైనను పరమత కూల్చగ
మతపర మతముల తిరుగ రగుల్చరా
సనాతనము అనదికాలపు గొప్ప పరంపర

పారద్రోలిన పరంపర

మురిసి పోవుదురు ముఖ పుస్తకమును చూసి
తెలిసి చేయుదురు సహవాస చెడుకారి
కడకు కనుదురు అన్ని ఎనలేని చెడుదారి
వినుర వినిపించును నేడు యాడికివాడు

వాట్సాప్ లో తొంగి స్టేటస్సులో మునిగి
స్టేట్మెంటులతోన లెబెల్లలో కలిసి
ఎమోజీ పేజీల పేచీలు కాగా ప్రతిజీవి జీవమున
ప్రతిరూప నిర్జీవి
వినుర వినిపించును నేడు యాడికి వాడు

ఆండ్రాయిడులు ఎన్నో కలుగుండ గర్వంగా
అండదండలు లేమి అయిన వాళ్ళ పరంగా
తగిన సమయములోన తన మనది లేకున్న
వినుర వినిపించును నేడు యాడికి వాడు

చుట్టూ ముట్టును ఎన్ని చుట్టముల రూపమున
చట్టముల చెక్కినట వెక్కురికి పైదొలగ
చక్కెరకు చిక్కనివి చెదురు ముదురుకు చేరి
వినుర వినిపించును నేడు యాదికివాడు

పెళ్ళిళ్ళు సందళ్లు ఇంటిల్లి పందిళ్లు
ఏంటంటు ఎవరడగ ఎందు పొందికకును
మందలకు మందముల అంధులకు చేర్చి
వినుర వినిపించును నేడు యాడికి వాడు

సంస్కృతము సంస్కృతియు సంస్కరణ దిగుచూపి
తస్కరుల హస్తమున తలకొరివి చేర్చినటు
శుష్కమున ప్రశ్నలను విషధమున మదిచేర్చు
వినుర వినిపించును నేడు యాడికి వాడు

నీ నేల నిలిచినది నిన్నేల వలచినది
నీ తరము నీ పరము నీ వరము పరములకు
నిను చూడ కడసేరి కడతేర్చి నిలిచినది
వినుర వినిపించును నేడు యాడికి వాడు

నీ ఊరు నీ వాడ నిన్నెరగని నీ జాడ
నిజరూపముల మరల్చి ప్రతిరూపముల కూల్చి
ప్రతి ఆనవాళ్లను పద్ధతిగా కాల్చి
వినుర వినిపించును నేడు యాడికి వాడు

చేరి చేర్చిన నాటి రహదారి గురజాడ
ఎన్ని పలుకుల చేర్చు విన్నపము నిన్నెరుగ
వినుర వినిపించును నేడు యాడికి వాడు

నీ వారు నినుచేరి నీ కుతుక కోయునటు
మాయ మాటలకును నిను మరుగా మార్చి
నీ పేరు పేరు పడు వెలవేయు చేయు నటు
వినుర వినిపించును నేడు యాడికి వాడు

ఆంగ్లమున ఆంధ్రులకు సంఘమను సంఘటిత
అంగముగ రంగులకు భంగిమలు వంగినటు

తుంగలకు తులతూగ రంగములు జతచేర్చి
వినుర వినిపించును నేడు యాడికి వాడు

చోరులకు జోరుపడి జారి పడ జాలిపడి
చేరినటు చేర్చితడి ఊపిరని ఉబ్బసము
ఉయ్యూర దయ్యా వినుర
వినిపించును నేడు యాడికి వాడు

ఎగుమతికి ఎగబ్రాకిన మతమను అభిమతము
పరమత దిగుమతికి దిగజార్చ పరదేశి
నిట్ట నిలువునా సరిహద్దుల కోసే
వినుర వినిపించును నేడు యాడికి వాడు

పుడమి ప్రకృతి తాండవ వికృతి

పుట్టుక పంచిన పుడమి ప్రకృతి
దృఢపడి అనువుగ మనుగడ వృద్ధికి
కనపడి స్వార్థము చెడుపుకు చెరచి
మరళి ఆకృతికి మలచిన వికృతి
గాలి నీరు నేల బహుళములు
వాలుకు కదలిన వెలల సహజములు
నిరర్థ నిత్యపు వికృత సత్యము
అనర్థ చ్యేష్టల సర్వత్రా చరితము
అస్పృశ్య శకమున ఆస్పత్రి ఫలితము
ప్రళయ విధులకు విలయ తాండవము
పథ ధర్మ వక్రితము

తిండి తిను తిండి తిను

తిండి తిను తిండి తిను
ఇంట వండి తిండి తిను
అంత ఇంత ఎంత కాదు
అర్ధ కడుపు నిండి చాలు
నియమితమను పంక్తియందు
నియంత్రితపు తిండి తిను
తీపి ఉప్పు పులులందు
తిరకసు తగు వ్యాధులుండు
కడుపు కాదు జనప సంచి
కుక్కి పట్టి నించి పట్ట
తగిన రీతి మోతాదుల
పరుగు జీవి తనువు సుఖము
పెరుగ బరువు జారు దిగువు
అరిగి పోవు మొకాళ్ళను
శాపనార్థములను కలిపి
బండ తిట్ల పరంపరలో
పడును రోజు తిట్టులతో
తనువు తరిగి చురుకు పెరుగ
జీవి పెంచు సుఖ శాంతులు

అంతము వరకు ఆగని శ్వాస
మరు శ్వాస అనునది మరచినను ఆగనిది
అంతమున సంతరించు తుది శ్వాస వరకు అది
దేహమును మోహమున ధరియించి ఉంచునది
అవతరించిన మొదలు అంతరించుట వరకు
నమ్మకమను అంశ అది సొంతమున పంచునది

విశ్వాసము పెంచి అది విశ్వమున నడచునది
అవని పలికిన దారి అనాది కాలముల దారి
ముత్తాతల మొక్కుబడిగా అనుసరించి అనుకరించి
యుగయుగాల పరంపరలో సనాతనమను పరమ
పథము
సహజీవికి సహర్షనలు సహజమున దరియించి
ఎలుగెత్తి పట్టునట్టి అసమానపు భరత దారి
సమాజమునకు జీవములకు అసమానపు అసలు జీవి

కాలముల కలయిక

పలు పలు పదవుల కదలిన మనుషులు
పలు రకములలో పరచిన చరితము
జరిగిన కాలము జగతికి విధితము
జరిపిన జాలపు పరపత్తి కథనము
కాలపు కలయిక కథలను కదుల్చును
కదలిన పదిలపు గురుతులు విదుల్చును
జరిగెడు కాలపు కదలిక మెరుగున
కదిలెడు కాలము కనబడి ఎరుగగా

పరమత వ్యామోహము

దూరపు కొండల నునుపుకు వలచి
దిగుమతి చేసిన చెదలకు మెలిగి
పరమత సతమత రభసలు తగిలి
రసరుస సమరస వరసల ఎంగిలి
గుస గుస చేరిన చెవులకు మిగిలి
ద్రాక్ష గుత్తులలో పులుపుల రగిలి
దారి దోపిడుల డబ్బులు చల్లి
దారి మరల్చును పరంపర విరలి?

చెదలు వలచిన చదువుల పరపత్తి

కాగితములకే పరిమిత మనునది
చెదల బుద్ధికే చేసిన వృద్ధికి
పదుల వేలకు వృథమున చదువది
పొదల ఊబికి ఉబికిన పరమది
నిజము నిలువునా ఉలికి మలచినది
ఎరిగి పెరిగిన మరుగున మెరుగులు
పరుగు పరుగున అరిగి కరిగినది
చెరకు చెరువుగా పెరకి కూరినది

నాటి చదువుకు నేటి చేదుకు
సాటి లేనిదది బాట పేర్చినది
బీటలు బారిన పేటల పరమది
జటిల సమాజపు కుటిల విషమది
విన్నవన్నీ సొంపున అమర్చి
కన్న నీతికి వన్నెలు కుదిర్చి
కన్నుల వీనుల అగుపడ విదిల్చి
అక్షర రక్షణ కలిగిన చదువది

భక్షణ కక్ష్యకు రక్షణ కానిది
శిక్షణ పొందిన రక్షణ పరమది
విచక్షణలకు వెలుగున స్వరమది
సుదూర చక్షువు కాంచిన క్రమమది

జీవన యానపు గడచిన స్మృతులు

దారులు ఎన్నో బారులు దీరి
జీవన యానపు ఓడల కదలిక
బంధము చేర్చిన దారపు అతుకుల
బడలిక తీర్చిన బంధు మిత్రులు
బ్రతుకున కలిగిన మిగులు స్మృతులును
పెంచిన పంచిన మంచి పనులకు
పండిన సమయము నిండుగా తలచిన
సంబరములకు అంబర పలుకుగా
అంగరంగముగా అంతర విందులు
గిలిగింతలతో గలగల పారును
గరిష్ట స్వచ్ఛము నిర్దిష్ట పథముతో
నిష్ఠకు చేర్చిన గంగా జలము
సంక్రాంతి సందడిలో
జీవన గమనపు రాగపు నడకన
రోగము దోచిన వేగపు పరిధిలో
గానము గాత్రము పానపు భంగము
పరచిన అలజడి నిలిచిన అంగము
కథల్చిన కుదిపిన మరల్చిన భాగము
విదుల్చును మరచిన వెలసిన మాఘుము
సంక్రమించిన సంకటములకు
సక్రమ రీతికి భీతిని మరల్చి
అతిక్రమించెడు ఆనందములకు
అంతిమ విజయము అవతరించుటకు
కలమును కదిపిన కాలపు చిత్రణ
కలుగగా వలచిన శుభాభినందనలు

ఆశావాద జీవనమునకు పరిణామ అంకుశము

జీవితమను జీవి యాత్రలో
ఘడియ ఘడియకు విచిత్ర ఘట్టము
వడి వడిగా సాగెడు జీవిత నియంత్రణము
అడుగడుగున పడు అంకుశమను అవకాశము

బాల్యము గడుచును తల్లి అంకుశమున
ప్రాయపు కదలిక గురువుల అంకుశము
యువతను మలచును సహజీవి అంకుశము
జీవన సమరమున ముందరుల అంకుశము

సహచరుల సహవాసమున ఆత్మీయుల అంకుశము
దేహ సౌఖ్యమునకు దగ్గరుల అంకుశము
వేషభూషనలు సభ్య సమాజపు అంకుశము
ద్వేష భాషణలకు రాజ్యపు అంకుశము

వృద్ధ పరంపరల జ్ఞానపు అంకుశము
అవని యందు అను నిత్యపు
అనుసరించి సంస్కరించ
గమనము గను ప్రతి అంకుశము

అంకుశమును ఎరుగని జీవి తతంగము
అనియంత్రిత తంత్రమున అల్లాడు యంత్రము
ఎగుడు దిగుడు వీధి తగిలి రగిలి పగిలి
జీవించెడు దిగులు లేక దిక్కులేని కుక్కల తరము

నిరాధార శూన్యము

మనిషి మనిషికి మధ్య దూరము
మనసు మనసులకు మధ్య బేరము
బంధము బందుత్వముల మధ్య కారము
స్నేహము సన్నిహితులు మధ్య క్లేశము
క్రోధ లోభముల భావనల నిత్యము
చేదు చెదలపర భరితపు సత్యము
లేదు కాదు అను స్వస్వర నిమిత్తము
స్వర పేటిక కన నిత్య సమాప్తము
నాది నాది అను దుర్బర ధ్యేయము
నిత్యము నిశ్చిత సత్యపు అనిశ్చితము
ప్రత్యామ్నాయము ప్రబలిన మాయము
కృత్య నిత్యముల వలచిన దారుణము
చూడ చూడ క్షతి చేరిన దేహము
నాడు నాటి ధృఢ నిశ్చయ పథము
చేరి చేరువకు అది చేర్చిన అంతము

రంగుల ప్రపంచము

రసికుల గుంపుల తుంటరులు కుంపటి
పేర్చిన కూర్చిన రంగుల హంగులు
భంగిమ భరితపు చరితపు చెదుల్లు
అంగ రంగముల భంగ గరిమములు
సమాజ పరమున వికార వరములు

సహజ సిద్ధమున కలిగిన దేహము
అపర కృత్రిమము అద్దిన ధ్యేయము
సకల సంపదల పరంపర ఘనమున
చెదల వ్యాపనల కదలిన కాలము
వ్యథల వ్యాధులకు వశమున బేరము

జీవిత సుఖము ముడిపడి రొక్కము
ధనిక కనికముల భేదపు ఎక్కము
క్షణిక కటికముల ప్రేక్షిత డొక్కము
కలికి కులుకునటి పలుకుల వర్గము
చిలికి చీకటికి చేర్చిన ముగ్ధము

సంశయ పరమున సమరపు భ్రమణము

ధృఢ దేహపు నావ యందు
కృతనిశ్చయ జీవి ఉండు
జీవితమను సాగరమున
ప్రయాణ మగును జీవితమున
మొదలనునది మది ఎరిగినది
నావ నిలుచు చివరి క్షణము
చావనునది చేర శవము
సంశయము సంశయము
ప్రతి అడుగున సంశయము
శయన వరము చెరచు మనము
పయణమునకు పడు నిరోధకము
సహనమునకు కాదు శాపము
సహజీవికి కలుగ నాశము
ఆప్త బంధు ఎందు పరచు
గుప్త రిక్త ప్రవర్తనను
సప్త నాడి సమాప్తమునకు
అబ్దపూర్తి అరకొరగను

అక్కసు తగిలిన రక్కసి పలుకు

అధికపు అక్కసు తీర్చుచు
డొక్కన రెక్కల కూర్పు
పెరిగిన అహమున తిరుగు
రక్కసి రూపపు మరుగు
పోదుగుకు పోల్చిన అల్పము
దిగువకు చూపును కల్పము
అడుసున అనుచును మార్పు
తగిలిన అవనికి తీర్పు
సాధ్యము సాధన అనినవి
సాధారణమగు కన కల్గినవి
బేధము బాధను జూపు
బరువు గడపలకు చేర్చు
శౌర్యము క్రౌర్యము చూపి
గర్వము కలిగిన మెలుగు
సర్వము సరసన కలుగ
పర్వము వెలుగుకు చేరును
తను తన్ను వారైనా
తలదన్ను వాడుండు
మనసందు గతి ఎంచ ఏగతికి మది పెంచు?

ముద్దుకు మిగిల్చిన ముద్ద

సద్దికి పరిగిన ముద్దల రోజులు
సద్ది సంచులను పరికిన రోజులు
పరమాన్నములను అరుదుగా చూచుచు
చూపుకు మాత్రమే గడచిన రోజులు
దరిద్రము వలచిన మలచిన గడుపది
దరితిన కదలిన విరచిత మొదలది

మరలిన మారిన కనబడు రోజులు
వదలిన రాజుల ఫోజులు క్రేజులు
అలమటించు అతి దారిద్ర్య జీవికి
పెంపుడు నించెడు వెలకది పలుకది
పరితపించు నిజ పూరణ నెలకది
వరమున కలిగిన క్షామపు గురుతది

ఉలికి పడిన జీవన కొలికి

ఏమో ఏమో ఏమేమో?
ఏమైపోవును జీవితమో అని
ఏవేవో కల ఊహల నడుమ
కలయిక కలగను జీవన నది అది
జీవితమునకు జీవన దినమున
జీవిని వరించు నిర్జీవములు
విభృంభణముల విధముల కలిసి
పంచేంద్రియములు పరపది కలిపి
అంగము వహించు అంతరంగముల
భంగిమ గడించి తుంగ తతంగములు
నగరము నరకపు గరుకు బెసుకుకని
పురికి పుడమి కన పరికి పెరకీ
నరికి నఖములగు గురికి గెలికి
తళుకు మెళుకువలు కసిగా చిలికి
కలికి కానుటకు కొలికి ఉనికి

తెలియనిది ఏముంది?

ఇహ పర లోకము తహ తహ లాడిన
అహమున తూగిన విశదపు జ్ఞానము
తెలిసింది తెలిసింది తెలియనిది ఏముంది
తనచుట్టూ తనమట్టుకు చూచింది వినింది
ముట్టకొని స్పర్శించి నాలుకకు రుచించి
నాసికను స్ఫురించి నావరకు నాబుద్ధికి
నాలోన గ్రహించినది ఇదివరకు గర్వించి
గ్రహణముతో మదించి
తెలిసికొన ఏమున్నది?
తెలియనిది ఏమున్నది?
ఒక ముద్ద మస్తిష్కము
చిరు చెత్త ఒక సుష్కము
చివరి వరకు సాధించిన
చిర కాలపు ఒక మొత్తము
చిరుఆవ ఒకగింజకు
నింపిన ఒక సరిభాగమద

ఆస్తిక అస్థిక

పరమం పవిత్రం పరమార్థ ధర్మం
పరమార్థ పథమందు జీవాత్మ జతపొంద
ఇహలోక పరలోక లోకాల కలలందు
ఓకాల కాలాల కాలాతి నీలాలు
ఆరణ్య శూన్యాలు అనంత పథ పయనాలు
అనన్య యుగ దారణము ఆసంఖ్య కారణము
రేణువుగా అణువులలో కొలమాన శూన్యాలు
బహుభార దారణల బ్రహత్పథపపు గోళములు
గోళాల గోచరము అండాల పిండాలు
ఆది ఎది అంతమది నిర్ణయపు పంథాలు
మానవుని మస్తకము సూక్ష్మ మగు మస్తిష్కము
ఆస్తిక పథమునకు వ్యక్తమగు సూక్తముగ
భౌతిక లోభమున లౌకిక జీవనము
కట్టల నడుమ చుట్టిన ఉనికగా
చక్రపు నిలువల వక్రపు శక్తిగా
ఏడు ప్రదేశపు ఎగువకు ప్రాకెడు
సంచర శక్తికి అంతిమ దృశ్యము
సహస్ర కూటమి సంభర మస్తకము
అగుపడ జ్ఞానము గోచర మార్గము
దాగియున్న ప్రతి మనిషికి వెన్నున
మూలాధారము మొదటి మెట్టున
మలినము మెలిగిన మలముల కలయిక
కలిగిన పయణము కదలిన ముడుపుల
చేరును కుదురుగా చేరుక ఎరుగగా
సహస్రారమున సహజ సిద్ధి అని
సాహస జీవికి కలుగ అనంతమున

నరుడా నరుడా

నరుడా నరుడా నరులలో బెరడా
జీవిత పథమున జీవికి కరుడా
తనదని తనవని కనివిని ఎరుగని
కరుణా లయమని ప్రయాణ జీవము
విలాస రథమున వినోద గతమున
అలుపది బలుపది పరి పరి విధముల
కొలతలు తూకము కొలమానములకు
అనుమానములతో మదించి కుదించి
మనసున చెలించి సరియది పరమది
సవరించిన ఒక పరచిన వరమది
పరమావధి కది విధిచిన విధియది
పరజీవితములకు నరకము ఉరకలై
ఉవ్విళ్ళూరుతు ఉరకలు కేకలు
ఊహల పకపక ఉడుతల గంతుల
తడపిన చెమటల తలదను నాటికి
అగుపడు కాటికి

లోలోపల

లోలోపల కోకొల్లల
   రెపరెప కనకల్ల
లపాలపా కరములకు
   చకచకా చేరినది
గలగలా గంగతో
   అక్షర గతి హంగుతో
అంతరగుణ మంతనముల
   చింతలవన చిగురింతల
అంగారక రంగులపొర
   అగుపడగ తగులయము
సిగ పడగ శిఖ రంజము
   సరి పడును శివ నాశము
దరి చేరిన శాసనము
   జీవికది శిరోధార్యము

జీవి నిర్జీవి వేదాంతమునకు బీజి

కామాగ్ని దహించి శుక్లమును స్రవించి
కష్టమున ఎదురీది ఇష్ట పడు దరిచేరి
అండమును ఛేధించి అంతరమున అలుపార
అండమగు పిండమును పండి అది పొదిగి
పంటకై ఎదిగి పండు అను గర్భమున
ఎండి అది నిండి కుండ దరి వదలి
ఎండ గాలి నీరులతో శూన్యముతో భూమియై
అన్యముల అనుకరణ వన్యమై పెరిగి
అనన్య గుణ వనమై నిర్ణీతపు ఒక నామము
వెలుగుటనకు విధియై తనమాటే తనమాటై
తలవాటే తనధీటై తలదాటు దరిఘాటు
అహములకు వాహనమై బలుపు ధృఢ భేరియై
ఒలుకు శగ కారియై కులుకు తన శ్రేణికై
ఎరుక తన ఈజీవి ఎరుగు ఒక నిర్జీవి
పరుగులకు పథమరచి అరుగుదల అవరించి
కరిగి కన్నీరులకు తిరుగుదల మొలచి
తలచి తలచి కలతలకు మలచి
వచించు వచనములు వేదాంతముల చెందు

అల్ప బుద్ధికి స్వల్ప లబ్ధి

కామ ధేనువు కల్ప వృక్షము
కురిపించి తెచ్చినా వర్షము
ధనము ఫలముల ధనిక బలము
అల్ప బుద్ధికి అజీర్ణ దినమూ
వ్యాఘ్ర గునమున పుణ్య స్నానము
వ్యాధి సోకిన వాలు త్వరితము
శీఘ్ర స్పర్శన గ్రోల మలము
శిఖర దర్శన భాగ్య జటిలం
కుటిల తత్వపు కులుక వ్యక్తము
పలుకు పలుకులకు ఒలుక జటిలము
జటర పదిలముల పడిన పాశాణము
పరమ పథమునకు పధిల అవరోధము

తీపి చేదుల జీవిత క్రమము

మనుషుల మనసుల కలసిన మెలిసిన
మెరుగున పెరుగుగా అరుగుల ఇండ్లలో
పెరిగిన తీపిదనం, ఆరు బయటన
ఆరోగ్యమునకు వీరోచితముగా
పెరిగిన వేపతో వెలుపల ఇంటికి
చేదును నింపిన చెరిగిన రోజులు,
ఆరు బయటల అరుగు గుమ్మములు
అరుదుగా వెలచిన విశాల వీధుల
సుఖములు నింపిన నిండిన ఇంటిలో
నిలిచిన మనుషుల మనసున చేదుకు
విలాస బ్రతుకున విలాప దృశ్యమా?

విదేశీ వ్యామోహము

అల్లుడు కొడుకు అమెరికా వాసులు
అతిపెద్ద విసురులకు అగుగొప్ప బిరుసు
డాలర్లలో పాట జాలర్ల జోరుల్లో
అప్పుల్లో అది కూరి జమ చేయుమూట
సంపాదనలు సాగి వీధుల్లో పడు దారి
ముంగిట్లో ముసలియై అగువారు కనుమరుగు
అడుసుకన అసలొదలి అనిపించు శరణార్థి
తనదైన పరంపర వెదజల్ల తుంపర
జీవించ భీతించు మిగులగతి పూరించి

గుణముల పుణ్యము

గుళ్ళు గోపురములు
　తిరిగిన వన్నీ
తరిగిన పాపపు
　మూటలు కొన్ని
జన్మకు చేర్చిన
　అదనము ఎన్ని
అధికపు రథమున
　విధికగు మరిగి
పురాణ పథములు
　పలికిన వన్నీ
పరిధికి వెలచిన
　మెరుగును శిరమై
వరముల పరమై
　వలచిన పరములు
వెలుగుల మెలుగుకు
　పెరుగును విధియై

జీవి తత్వములు

దేవుడు దేవత దైవత్వములు
మానవుడెరిగిన జీవన తత్వములు
అశాంత జీవికి ప్రశాంత పథములు
ప్రసాదించు పలు జ్ఞాన మార్గములు
పూజార్చనలు ద్రవ్యాభిషేకములు
యజ్ఞ యాగాదులు ప్రజ్ఞ ఫలాదులు
విజ్ఞానమునకు విచిత్ర విధముగా
ప్రజ్ఞాశాలిగా గురు పరంపరలు
వేదాంత సారములు సవివరములు కలిగి
అల్లంత గల్లంతు అది కూడా ఒక వంతు
ఆచరణ పద్ధతులు పాటించి పరిణతులు
విధి వర్ణ విధ వివిధ ధర్మముల ప్రథమములు
సనాతనము సతమత సెగకును
అనాది కాలము తగులగ పగలలో
వినాశ నియమము విది పడి రగులగా
స్మశాన వాటిక ఎరుగను తెలుపగా

అజ్ఞానపు జ్ఞాని

అన్నంత మాత్రంలో అనంత విశ్వములో
విన్నంత వినింది కన్నంత చూచింది
ముక్కులకు ఎగసినది నాలుకలో రుచి అన్నది
చర్మముతో స్పర్శించిఇంద్రియముల సేకరణ
చేర్చిన మది మస్తిష్కము జ్ఞానముల ఉత్తమమని
విజ్ఞానము వికసిన దరి అజ్ఞానపు అహమునగని
బిగ్గరగా బిగిసిన ధ్వని అల్లంత కొలిచిన పని
గల్లంతు గెలిచిన ధుళి నరునికి గల ఆరనునది
విధిచిన పని విపరీతము అపరిమితము అనుచిత్రము

మితము కానీ ఔచిత్యము

చుట్టు ముట్టిన చుట్టము సత్తున
అతుకుల బొంతగ అద్దిన ఉమ్మడి
గతుకుల గోతుల చుట్టపు సవ్వడి
ఘట్టము మార్చిన జీవన నడవడి
రెక్కల రెపరెప ధోరణి తలబడి
డొక్కలు దొంతగా నిలిచిన హడావుడి
డప్పుల చప్పుడు దరిమిన దిగుబడి
కాలము కదల్చిన కనబడ సప్పిడి
కేవల రూపము కాలపు కలవడి
కానుక చేర్చును కలుషిత మగుపడి

ఆత్మ హత్యలకు సాక్షి యత్నములు

మాట చిన్నది మూటలు బరువది
ఘాటు పోటులకు మరుగున ఒరుగునది
వాటు కుంపటికి కుమిలి నములునది
నేటి యువతకు సాటి పెన్నిధి
ఇంట ఒంటనిది బయట ఒంటరిది
కంట కరుగునది తంటా తరుమునది
గంట మ్రోగునటు గంటల మ్రోతకు
కంఠము బిగించి కడకు వాలునది

తలచి చూడగా తలపు యువతలా
వలచి మలచుటకు తగిన శిల్పిలా
కాల గమనములు కలుగు చిందరులు
ఎల్ల కాలము అగునా పెల్లకిలా?
తగిన దారులకు కలుగు ప్రేరణలు
మిగుల మిక్కిలికి పెరుగు ఎదుగుటకు
వెదుకు వెదికిగను తుదకు ఎదకుపడి
కాలము విసరిన కలికగు బిరుసు
కారణమేమని కరుణతో అడిగితి
కలతలు నిండిన మనుషుల దరణిలో
కాంతులు చిందెడు కృత్రిమ ధోరణి
ఊహా లోకపు ఇహపర జీవనము
కలలతో నిండిన కరిగెడు అందము
అడుగుల సవ్వడి అడుసుకు తడబడి

సొగసుకు పైబడి అద్దిన నడవడి
అగుపడ కరిగిన రంగుల రభసలు
తగుపడ తలపడి తెగిపడు బంధము
కరిగెడు కాలపు విరిగిన వికటము
చెరిగిన సుఖము పెరిగిన దుఃఖము
విడిచిన మనుగడ గడిపెడు మార్గము

చింతా దుఃఖం

చింతా దుఃఖం చిర వాంఛ దృశ్యం
పంథాల పర దర్శ స్మృత సవ్య శ్రవ్యం
సూత్రాల నృత్యం గాత్రాల గద్యం
చిత్రాల చిరు దశల వక్రాల చక్రం

చిత దమని సుఖ ధరణి
సఖ సఖిత సుత నిఖితం
కర కమల ప్రతి ఫలిత
నిజ భరిత భవ్యం

ప్రతి రూప కారణం
ప్రతి నిత్య కారకం
సైరూప్య మానం
స్వైరూప దారణం

సాధనకు సాధ్యమున
సాధ్యమని సాధనకు
భాధ్యతన భాగ్యముగ
భాగ్యముగా భావితను

భావించి సాధించు
సాధించ సాధ్యమున
సాధనకు అలుపెరుక
చేరువగా చిరయాపు

చేరేదవు ఒక రూపు
చేరినది చేరినటు
చేరికలు చిగురించి
చేరుకగు భ్రమియించి

కడ వరకు?

కాటికి కూటికి నేటికని నేడుకని
చేరికకు చేరితిని చేరినది చేదువిని
ఎరవేసి ఎగరేసి ఎగువకును ఎగిరితిని
పగచేసి వగరెరిగి నిగవేసి నడచితిని
కడకేది కడవరకు నడవడిక గడచినది?
గడిచినది గడువునకు గడపపడి విడుచునది ?

జ్ఞానమను జ్ఞాతము

నియంత్రణలతో నిర్మితమైన
నిశ్చల నియమపు
శ్వచ్ఛపు హృదయము
స్వావలంబనల ఇంద్రియ పంచము
వంచన పంచని పెంచిన దేహము
కించిత రంగపు కుంచిత పాదము
కంచెలు వేసిన అంచెల మేధము
పంచును అందిన పొందిన విశధము
జీవిత వనమున ప్రకృతి వరమున
అనుభవములు కన విధితపు నిధులుగ
నిక్షేపముగ సుస్థిర భరితము
నిలకడ విడివడి వెలుబడు జ్ఞానము
తదపడ అగుపడు ఎగపడి అహమున

అస్థిర బ్రతుకుకు స్థిరముల కోరిక

కోకొల్లల కోర్కెలతో
కొండంత వక్రములు
కోరల్లో కొరనమిలి
గారల్లో తెగ రుద్ధి
చక్రముగ చట్రగతి
చిత్రముగ చక్రధరి
కోరినటు కడు నటన
కొనియాడి విడనాడి
కోలుకొని మేల్కొనగ
కొర జీవి అరకొరన
అందినది అదియునది
అస్తిరపు బ్రతుకునకు
అడిగినది సుస్థిరము
అడుగునకు జర్జరము
అగును కడు ఝుటవికటము

బ్రతుకున వింత అతుకుల బొంత

చెంతన పుట్టిన చింతల పెంపుకు
పంచిన కించిత తరిగిన సంపద
వంపున పంపిన చెంతన మలచి
నించిన సంచిని నింపున పంచి

వంచన కాంచిన కాలము కలచి
మంచము మిగిల్చిన మనసున మిగిలి
శాసన కాలపు కదలిన కథనము
శాసించును పడి పడకన రగిలి

మూలుగు తూగుల తూకము భరుపై
స్థూలపు కాయము కరిగిన దరియై
కూలిన కూడిక వేదిక వయసై
నలిగిన కరిగిన కడకగు పడకై

జ్ఞానము పేర్చిన ముడుతల నడుమ
జ్ఞాపక శక్తికి అతుకుల వరసై
నాటిన నలిగిన నడవడి తగిలి
నేటికీ వెలుబడు స్మృతులుగా మిగిలి

తిరుమలేశా ఎందుకంత ఆవేశా?

తిరుమలేశుని తీవ్ర ఆగ్రహము
ఎగువన కలిగిన వరద ప్రవాహము
వరదుడి వరదలు కారణ పరము
పాలన చేర్చిన చర్చల శిబిరము
భక్తుల వేషము చేరిన కల్మషము
నిష్కళంకమున నిష్క్రమణ చరితము
రక్షక వర్గపు భక్షక కరము
రక్షణ మిగిలిన వీక్షణ శవకరము
రాక్షస మార్గపు అంతపు భీకరము
రుద్రాక్ష రగుల్చును రంగ ప్రవేశం

ఎదుటి వారి తప్పుల తిప్పలు

చూపుడు వ్రేలును చూపెడు వారికి
చూపును వ్రేళ్ళలో మూడుగ నిలిచి
నిలిచిన వ్రేలుకు మరుగున తెలుపును
జరిగిన కథనము జారిన విధితము
తనవంతు తప్పులకు తనదైన న్యాయవాది
పర మనిషి తీర్పులకు తనదైన న్యాయమూర్తి
తెలివైన తన నీతి తెలుపునది ఒక రీతి
పరిచితపు మానవుని మురిపించ నగు నిలిచి

పారులోరు పడగ విప్పిన జోరు

పసుపునకు పడిరాలు ముఖమందు శిఖ మొలలు
వికృతపు క్షౌరముతో వికారమున కొరిగి
రసాయన రస మిళిత రాళ్ల పిండి నులుమి
అందమను ముఖ చర్మం అద్దుడుకు తెరుపై
ముడుత పడ ముదురు పడి ముడుచుకొని నడిచి
ముప్పైల తిప్పలతో ముఖ ప్రకృతి వికృతమై
నల్లులను నలిపి రంగులలో కలిపి
పెదవులకు పెనుపూత పదే పదె రాసి
విరబోసి జుట్టులతో రక్కసుల అక్కసుతో
నవనారి పడదారి దరిచేర మురిసి
విరసి మెరిసిన నిరసి నరసి విసిరి
గరుకు గురుతున కులుకు తళుకు ఒలికి

కర్షక రోదన

మానవాళి మేలు కోరి
ఏరు వాక ఏరి కోరి
నసుగులోన కునుకు మాని
ముసుగు తీసి నడంకట్టి
పొలము నన్ని కలియదున్ని
నారు నాటి నీరు కట్టి
స్వేద దించి శ్రమను పంచి
పంట కాచి కోత కోసి
సంతకేసి చూసినంత
అంత చూపే మొండి చెయ్యి
చింత పెరిగే గుండె రగిలి
చెంత వచ్చి ఓర్పు పెంచ
ఎంత మంది కలరు గాక ?
ఆలు బిడ్డ వీధిపాలు
నేల చూడ బీడు వాలు
ఏల గాక జీవితాన
ఎంచినంత గుండె పగులు
కోలు కోన ఊతమివ్వ
ఓటు కోరు దొరలు మరిచె
ఎదను తొలుచు రొదను తీర్చ
ఎవరి వంతో ఎవరు తెలుప?

పెట్రోలు డీజలు

పెట్రోలు డీజలు
పెరుగుతున్న ధరలు
కులమతముల కుంపట్లు
కలకలముల ఓటర్లు
కలిసిన పలు సిగపట్టులు
కలగూరగంప గిరిగిట్లు
కరచిన విష పురుగు పట్టులు
కలసిన పలు వేష జట్లు
కలవని ఇరు ధ్రువపు రూట్లు
భీము మీములు
తిలకు తరాజులు
లంగా భంగీ లుంగీ చుంగీలు
ఘోరీ ఘుజనీల వారసత్వ సంతతులు
చోరీ హోరీల తిజోరీ నాయకులు
శివ సేనల పేరు చెరచి
శవ చరితపు కాంగీలు
శివుని విరిచి శిలువ పేర్చు
వాటిగనుల సాటి ఘనులు
జాగ్రత్త జాగ్రత్త ఒక ఓటు జాగ్రత్త
జగమెరిగిన జయమే ఇది
జయపూరితమునకు చేర్చు
సనాతనము సదా ముందు
సదా నిలుచు తరాల నందు

వ్యాపార మయ్యేరో

వ్యాపారమయ్యెరోయ్
వాణిజ్యమయ్యెరోయ్
చదువు తల్లి ఒళ్లుకూడా
క్రయమునకిపుడయ్యెరోయ్
సర్కారు స్కూళ్ళకిపుడు
కుళ్ళువాపు వచ్చెరోయ్
దర్బారు దండములకు
కండ కరిగి ఒరిగెరోయ్
దుర్బరగతి దుయ్యబెట్టు
అబ్బురపని యయ్యెరోయ్
బడాబాబు బలగములకు
గల గల పణ మయ్యెరోయ్
బడుగువారి కండ్లవెంట జలపాతము పండెరోయ్

బిల్లు మాఫీనా....మత మాఫియానా?

బిల్లు లేని కరెంటు కోత ముద్దు
చిల్లు జేబు లంచం మోత ఉబ్బు
చార్జీ లేని బస్సు ప్రయాణం అందు
బస్సు లేని రవాణా రోడ్డు ముస్ముందు
నడువ లేని సహసమాజం పొంది
బళ్లు బూని కుళ్లు చదువు ఎందెందు
గుళ్ళు గోపురములు నేల కూలు ఎందు
ఊపి రొదులు పరమతము రచ్చ రభసు
ఆడే ఊపిరి నీదేనా పేచి కాచుకో
ఎన్నికలలో తాడో పేడో తేల్చుకో
కుంభ కర్ణ నిద్ర చాలు లేచి చూడు
నీ తరం అంతరించు అంతిమ ఘాటు

మత్తు వదలరా

మత్తు వదలరా నిద్దుర
మత్తు వదలరా
లేచి కదలరా దుర్దశ
ప్రాణ హితవురా
మనిషి పరంపర
మనిషికి మనసు పెంచురా
సుగమ పథమురా
నీ విధి సనాతనమురా
సాగ నిలువరా నీ చేయి
కాల వలదురా
మింగు ముసలిలా
ముంగిట మతము మార్చురా
రాల్చు రభసరా నీ గుడి
కూల్చు విధమురా
లేచి నిలువరా నీ తల
నింగి సమమురా
ఓటు హక్కురా అది ఒక
జాతి మ్రొక్కురా
ఉచిత పెకిలికి నీవు
పరిగి పడకురా
రాజు ఎన్నికకు నీ నిజ
ప్రేలు చూపరా
వేటు దీటుగా నీకు
దారి పరచురా..........

తెగ ప్రాకిన ఎగువ గతి?

హార్వర్డు కేంబ్రిడ్జి
స్టాన్ఫోర్డ్ పిట్సుబర్గు
ఇత్యాది ముసుగుల గతి
వ్యత్యాసపు ఉరకల పడి
ఎగబాకిన ఎగుమతిలో
తెగ జారిన మేధస్సులు
వలసలతో దశ మరిగిన
జంతువుల క్రమ వరుసలు
పండినది పెరిగినది
నిండిన ఒక మెండు అది
మొండి అది దండికి అది
జీవితమున దండి కన
దండగ ఒక దండకది
కనిపెంచిన కనగన తన
తలమానికం తలబరువుకు
తగుల బెట్టు పగులాయనే?
ఉన్నది అని తన మది విన
లేనిది ఇక ఏమున్నది?
చిన్నది చిరు జీవితమని
సంతల కడ సన్నిధి పడి
పెన్నిది ఒక జీవి కనగా
మిగిలినది మిగుల కను
తగుల పడు తగువు బాటుకు
తగిన ఒక రీతి ఆగునా
మిగులుకు విధి వీది చేరి

చివరికి పడు శూన్య కచేరి
ఉన్నది ఒక ఓటు మారునా నీ పాటు?
ఏమున్నది నీ గత చరిత్ర ?
తెలుపు సోదరా!
దాయాదులు సహవాసులు
దయాహీనపు అపహాసము
దాక్షిణ్యము క్షీణించిన
నరరూపపు రాక్షసులగా
నరకగతికి నరికి చేర్చి
పిరికి పంద సరికి కూర్చి
పరమతము పడక మార్చి
పరికించుట పడుట వంచి
పెకలించిన సనాతనమా?
పరులు మెప్పు పరమావధి
పొరలు పేర్చి విభజించి
దొరలు పలుక దొంగ చరిత్ర
దొరలించిన ముల్లా ముఠా
కలియ జూప రంకుల పఠా
నిలువ దోచి నిండు శుంఠ
సరి చూచిన నిండ పెంట
ఆసన్నము ఆసన్నము
గతిమారగా ఇది సమయము
రానున్నది రామరాజ్యము
తిరిగి వ్రాయ మన తరము
మనజాతికి వెలుగు తీరము
తిరిగి చూడ విజ్ఞానము
తిరుగ గల సనాతనము
పరుగు తీయు ప్రగతి పథము

అరుగుదలను అది మార్పున
అద్వితీయ అతి శుద్ధము
ఉన్నది ఉన్నది ఒక దారి
ఉన్నత ప్రగతికి కల దారి
పెన్నిధి మలచిన పెడదారిన
వంచన పంచిన ఈ ఎడారినుండి
మార్పును కోరగా రహదారి
నిలిచిన పదిలపు నిర్ధారణ విధి
మారును మార్పున మారిన వీధి
కోరిన ఓటుగా నీదారి
మార్పుకు నిలువగా యథా విధి !

మేలుకో ఓ దొరా

కునుకు చాలు ....బతుకు చేర్చి
గతుకులతో కుతుక తెచ్చి
చేర్చినావు గతి చిల్లరా........
రుణమాఫీ బిల్లు మాఫీ
సరుకు చెరుకు ఫ్రీల కొరకు
ధగ కోరీ చేరి పెరుకు
మెదడు చలవ చేసి కొరుకు.......
మేలైన మేటి నాటి
సంస్కృతియు సంస్కారము
సన్నగిల్ల సాహసించి
పరిహాసపు పరుధులున్న
ఇతిహాసము తరుగ రాసి
తరతరాల వెలుగు మాడ్చి
తల రాతలు తలకు మార్చి
సనాతనము చులక కూర్చి
తునా తునక చిచ్చు పేర్చి
తుంటరుల పలుకు చిలికి
సంబరములు కలుగ చితికి
సరి ధాటికి చేర కాటికి
సాధించిన సమ క్రాంతి
ఆక్రాంతల అక్రమములు
వక్ర గతుల తలకు పెట్టి
విప్లవమను నిర్లిప్తత
నిరీక్షించి నిర్వహించ
వీక్షించు వీరుడిపై

ధరితి మీద పడితివిరా......
అర మూట బియ్యమునకు
అసలు మారిన దయ్యము
బిగి పట్టి బుస కొట్ట,
ఓటు పెట్టెలు నింపి
కోట్ల కొల్లలు సొంపి
కాట్లు బీట్లను చూసి
ఎందమావను తలపు
నిండి నెమరును తెలుప
గండి పడి గుండెలలో
బండ పడ బ్రతుకులో
ఆలయపు వలయముల
శిథిల పడ శిరసు పడి
వెకిలి వికలములు
నక్క వినయము పలుక
ఎక్కడికి చేరినది
ఎనలేని కాలభరిత

అసలైన సనాతనము?

కోరంకి కోరలకు గురియైన కోకొల్లలు
గజ గజ వణికించి
గడ గడ లాడించి
బిర బిర దరి చేరి
జోర బాటు చేసింది
గర గరళకంఠముతో
గురి చేసి ఊపిరిని
ఉరితీయ పూనుకొని
తుదిశ్వాస చేసింది
ప్రళయమను విలయముతో
ప్రణయవిధి దరిచేరి
విశ్వమును కదిలించి
మనుషులను కుదిపింది
ఒక లక్ష పైచిలుకు
ప్రానబలి చూర గొని
వికటాట్ట హాసమున
ప్రకటనలు చేసింది
కారణము కరువైన
ప్రాణ బలి తీరు మరి
ప్రాణులకు ఎగిసిపడే
రుచిమరిగి తిండి అటు
దానవుల దారులలో
మానవుల పోకడలు
ధారణిని వణికించి
కడ తేర్చి పలికింది

పేద వాడి పేదరికము

వీధి కోరిన రాచరికము
బాధ మీరని బ్రతుకు పర్వము
గతుకు గోతుల నిండి సర్వము
పడగ విప్పిన ప్రళయ రూపము

రోగము నేర్చిన భోగము

టెస్టులు చేయాలి
లిస్టులో స్కాన్ లు కావాలి
బెస్టులో ప్రిస్క్రిప్షన్ రాయాలి
స్పెషలిష్టుతో అపాయింట్మెంట్ ఉండాలి
ఆపరేషన్లు ఆరవేసిన
అసలు బతుకు ఆరిపోవు
పుట్ట గొడుగులా వెలిసిన వైద్యం
విచ్చల విడిగా సాగిన దైన్యం
చిల్లు చేరిన జేబుల తీరం
తెల్లతేటగా కరోనా దర్పణం
సుగరు వ్యాధి ఒగురు బాధ
ప్రెషరు బారి లెపేర్ కాగా
కొలస్ట్రాల్ కొంప నిలిపి
కోకొల్లలు పేర్లు కలిపి
గిలి కలిగి బలి కలిపి
కలి బతుకును కరిగించు
కష్టార్జిత ఇష్ట ఫలము
నష్టమునకు నడకపడగ
తిష్ట వేసి తీసి ఆరా
బ్రష్టు గతిని మెదడు చేర్చి
గస్తు కాచిన గ్రస్తు కొరోనా

కంచెలు దాటి కరోనా ధాటి

అజ్ఞానమగు అహమున మునిగి
విజ్ఞానమను వింత బుడగలా
విర్ర వీగిన గంతులు సొంపులు
సర్రు సర్రున కంచెలు దాటి
గిర్రు గిర్రున జనులను తిప్పి
తుర్రు తుర్రున మనుషుల మింగి
బుర్ర బొర్రగ చేసిన కరోనా
ప్రపంచ దేశము పొందిన నరకము
భారత ప్రజలకు ప్రబలుట మరళి
పాలక వర్గపు నిదురలు వదలి
నడుం బిగించిన యజ్ఞపు శైలి
నిరోధ మార్గము చావుల ముట్టడి
మూడు వారముల గడపకు కట్టడి
సర్వ కార్యముల స్థంభన పరచి
మనిషి మనిషికి దూరము పెంచి
చేతులు కాళ్లకు శుభ్రత దించి
వీధి పొడువునా వ్యాధిని ధంచి
మహమ్మారికి రూపము మాడ్చి
బాధిత బలులకు తెరలను దించ
సర్వ జనులకు చేతులు జోడించి
నిపుణుల సూచన పాటించ ప్రార్థన
మళ్ళీ వచిందోయీూ
వెళ్లిందని వెల్లువెత్తి
కళ్ళుమూసి వళ్ళు విరిచి
చిల్లి బుల్లి కబురు నడుమ

తెల్లబోయి తడిమి చూచు
టీకాల చేరువలో,
సుళ్లు మార్చి ముల్లు మార్చి
సమూలంగా ఎసరు చేర్చి
ఎవరు ఎవరు ఎదుట పడుట
పడిన వేటు పడుట కాటు
కటికమునకు కలుగ ఘాటు
కొలమాన మునకు లోటు
కలిగి కాల పరిమాణము
కలుగ గాఢ పరిణామము
కోరంకీ కొలను దింపి
మళ్లీ వచ్చిందోయీ
ఎక్కడి వాళ్ళు అక్కడే భద్రం

మానవతా మార్గమున కరోనా వంచన

ఆడంబర ఢంబాలకు
ఎడతెగక ఎగాబ్రాకుతు
ఎగిరి గంతేసిన
ఎందరికి ఎసరైనది?
సమతలము సతమతమై
ఒతికిలపడి ఒరిగింది
తలాతలము తళ తళలు
తరిగించి తిరిగింది
ప్రతి పూటకు మెతుకెందరి
అందని ఫలమైంది.
బ్రతికాము బ్రతికాము
బ్రతికింది ఎంత కాలము
ప్రతి కాలము కదిలింది
ప్రతికూల మనసులతో
అనుకూల కాలములు
ఆగినవి కాకుండా
అణిగినది అణచినటు
మనసునకు ఒదిగినటు
మనసారా జీవించు
కాలమది కాలముగా
నిలుచునది జ్ఞానము గా

వక్రమగు ఒమిక్రాస్

తేయేటరూలోని పాపూకాన్
అటు కాదు
టీచరూనూ కాదు కాజాకాన్
కొరంకి కొరివియగు
కొరొన కనుమరుగు
వీధిలో బెదిరించూ
ఒమిక్రాన్ ఓమిక్రాన్
అలవడిన అలజడులు
అలుపెరగని నవనాడులు
మలుపునకు మెలి తిరిగి
కుదిపి కడ తేర్చుటకు
కదలి వదలనని
పదిలముగా విధి పంచి
వీధులలో భీతించు
వికటముల శకటములు
శర వేగముగా కదలి
శతకముల దశకములు
శవ పేటికల చేర్చి,
తన బంధు వర్గములు
పరిచయము చేయునటు
సూక్ష్మాతి సూక్ష్మము
క్రిముల క్రమమున ఎరుగు
ఒమీక్రాన్ ఒమిక్రన్

సంస్కృతి

ముక్కు సూటిగా నొక్కి చెప్పితిని
ఎక్కు పెట్టిన చక్క మాటలను
చెక్కు చెదరని చిక్కు నిజములు
చిక్క మరిగిన పాదరసమువలె
ఘడియ ఘడియలో మనిషి మెదడులో
లయము పలికిన శ్రుష్టి వలయములో
పుస్తక మొకటని పుష్టికి ఒకడని
మస్తకనకు చేసిన చలవతో
విస్తరణాపర వస్తువు విధముగా
వస్త్ర హరణలు మానభంగలు
సిక్షు భారములు శిరశ్చేధములు
పలు పలు రకముల నరక యాతనలు
లొంగిన వారికి లింగము తెంచి
మతము అభిమతము పలుక బెదిరించి
గొర్రెల గుంపుకు ఎరుక తరలించి
సనాతనమను సభ్య సమాజమును
నాటి కీర్తిలో శూన్య పూర్తియగు
మతమను పేరిట మతిచెడు వనముగా
చేయు భ్రష్టులకు చేరి చట్టములు
చేతి వాటములుగా ఘోర రోదనలు
చేసిన పరిణతి మృగములు ప్రపత్తి
పచ్చని చెట్టులో పెట్టిన చిచ్చుల
పెచ్చుగా కాచిన చక్కగపేర్చి
విచ్చలవిడిగా ఊచన కొసి
మతోన్మాదము హెచ్చుగా రగిల్చి
అనాధికాలపు మఠ మందిరముల

ఊరున చేరి ఉరకన కూల్చి
సనాతనమునకు సతమత మనుచు
జాతులు తెగల తగుల రగిల్చి
ఈడిగ మాదిగ బలిజ కాపుల
వడ్డెర కుమ్మర చంద్ర తాండ్రల
కమ్మల కమ్మరి కాపరి తలపరి
కులమది పరి పరి జగడము కలిపి
వేళ్ళ వేళ్ళతో వేలకు పెరికి
ఊళ్లకు ఊళ్ల మతమార్పిడి
వేల ఏళ్లకు తరము కానీ పని
పెత్తన పరమున మెత్తగ మార్చిన
జగను జగనని జగ్గినక్క తొక్కిన
శవలీ గరుతున ఇటలీ పుత్రుడు
ఇటీవల చేసిన హైందవ ద్రోహము
జనులకు చేరును చేసిన దోహదం
కులము కాదురా జాతి కాదురా
మతము అనునది అసలు కాదురా
తెగలు తెగ నరికిన అసలు మసలురా
దినము గడువగా మతము రాదురా
మతము అభిమతపు నడక దారిరా
సనాతనమునకు హద్దులు లేవురా
జనాభి వృద్ధికి మతిన సిద్ధిరా
పురోభి గతికి పెరిగిన శాస్త్రిరా
తరాలు మెలిగిన మెలుకువ పరమున
నీ తరములు నిలిచిన నాటి పరంపర
తల రాతన తిరిగిన కుంపటి మతమును
తిరో గమనమున తిరిగి తుడవరా
గతుకు గోతులను పూడ్చి నిలువరా

అనాదికాల సనాతనము

అనాథ కాదు విశ్వమురా
విశ్వసించు విశ్వరూప
దివ్య శక్తి రూపురా
దైవ వరము పొంది యున్న
భజరంగుల బలమురా
భరత భూమి దరితి పొందు
భవిత రూపు దీక్షరా
రామ రాజ్య కృష్ణ దూత
వేదనాద నిజములురా
మత పరములు పలురకముల
చిత కపటము చూడరా
అతి సరళము మత మార్పిడి
అది గరళము కనుగొనురా
బతుకు తెరువు ఎరచూపులు
చితికి చేర్చి నిలువురా
జాతి తెగల తగువు నిలపి
ఖ్యాతి నిలుప నిలువరా
భరత భూమి పుణ్యభూమి
తదితరులకు కాదుర
హైందవమను హిందు అందు
పొందు సుఖము ఎందురా

మత మార్పిడి

అర మూట బియ్యమునకు
అసలు మారిన దయ్యము
బిగి పట్టి బుస కొట్ట,
ఓటు పెట్టెలు నింపి
కోట్ల కొల్లలు సొంపి
కాట్లు బీట్లను చూసి
ఎందమావను తలపు
నిండి నెమరును తెలుప
గండి పడి గుండెలలో
బండ పడ బ్రతుకులో
ఆలయపు వలయముల
శిథిల పడ శిరసు పడి
వెకిలి వికలములు
పక పక పగలబడి
నక్క వినయము పలుక
ఎక్కడికి చేరినది
ఎనలేని కాలభరిత
అసలైన సనాతనము?

బాల్యము ప్రాయము యాడికి వర ప్రసాదము

కంటివి కదరా కొంటె ప్రాయమున
పంట చేనులను పాకుతూ పోతివి
తోడు తోటలును నీడగా నిలిచెనే
వినరా వివరము వినుదువు రామ

నలుపది ఎండ్లకు అలుపది చేరెనే
మలుపది మారిన మనుషుల పోకడ
మూలుగు తూగుతు అడుగుల చేతులు
వినరా వివరము వినుదువు రామ

మాబడి రాబడి రభసలు ఎరుగదు
ఏలుబడులకును పేరు బడులు వదు
పాఠము పాఠ్యము సాగిన పైనము
వినరా వివరము వినుదువు రామ

ఫారము ఒకటని చేరిన రోజులు
తరగతి ఆరని పలికిన రోజులు
ములుకి డాన్ డాన్ కేకలు వింటిమి
వినరా వివరము వినుదువు రామ

బ్రహ్మానందుడు పలికిన ప్యాసులు
ఏడున ఎగరని టెసికిన క్లాసులు

శ్రీనివాసుల జంట సుమిత్రలు
వినరా వివరము వినుదువు రామ

ఎనిమిది ఏకము కేంద్రపు గదులలో
భాస్కర లక్ష్మణ మహబూబులతో
సాగిన డ్రాయింగ్ డ్రిల్లుల వెల్లువ
వినరా వివరము వినుదువు రామ

కృష్ణమూర్తికి కలిగిన బాల్యము
బాలలు బాలిక ఆటలచేరిక
ఖోఖో కేళిక ఖ్యాతికి చేరగ
వినరా వివరము వినుదువు రామ

సామాన్య శాస్త్రము చేర్చిన హస్తము
పాయింటులలో పొదిగిన పాఠము
జన్మలు మరవని నాగియ సూత్రము
వినరా వివరము వినుదువు రామ

సీతురాముడు చేర్చి ఆంగ్ల పాఠములు
రాగముల మధ్య పద్య నాదములుచేర
కొర మీసములు దువ్వి పలికే వీరన
వినరా వివరము వినుదువు రామ

సాంఘీక శాస్త్రమును అంగభంగిమలతో
పాఠంబు పాఠవము పీఠంబు చేర
నరసింహుడు చేర్చ నరులందు వెలుగొంద
వినరా వివరము వినుదువు రామ

లెక్కలకు లెక్కలు ఎక్కముల చక్కెరతో
వడ్డీల పక్కీలో ఎక్కించి ఎగ చేర్చ
సుబ్బయ్య సున్నితము రెడ్డి గ్రేటు
వినరా వివరము వినుదువు రామ

యాడికని అడగంగా యాడికికని చెప్పితిని
యాభైల వయసులను దాటిన మరికొందరితో
పరిషత్తు జిల్లాల పురమైన అనంతలో
తనవంతు చేయూత ఉన్నంత పాఠశాల

తరగతుల ఉచ్చగతి పదినుండి పైనబడి
ప్రయాణము సాగించి ఎగుముఖము కలబడి
కలతలకు దూరమై కలలు కను శ్రేణికై
కాలమున కదలి కాళ్ళనడ సడలి
కళ్ళు తెరచిన వేళ నాలుగు పదులును గడచి
ఒళ్లుకను నిర్ణీత నియామక విరామమున
ముడుతపడి చర్మంబు బయటపడ గుండెదడ
మళ్లిబడి పిలువంగ మురిసి పడి చేరితిమి

అలనాటి గురువులు ఆచార్య వరులు
ఎనభైల ఎదురీది ఏకంగా ఇటు కదలి
ఎవరుమీరందరని వివరంగా వినిపించ
ఆనందమునకెందు అర్థంబు పెదుక?

కవిని కాను మరీ కావ్యంబులు కురిపింప
కారణము కడురీతి కనపడగ కదిపింప

అరుణమున అగుపించు తోరణము జోడింప
వినుట వినిపించును నేడు యాడికి వాడు

ప్రఖ్యాతమున నిలిచి ప్రభావితము చేసి
ప్రజలందు పాల్గొన్న పలు దిగ్గజములును
మట్కాల బీటర్లు జట్కాల కంపెనీలు
రన్నింగు బెట్టింగు గన్నాట్ల బ్రాకెట్లు

బొంబాయి మస్తాను ఊదంగా జమచేసి
పెండ్లాల బొట్టులకు తాకట్టు తగిలించి
నష్టాల నడివీధికి కష్టాలలో మునిగి
ఊరొదిలి పారిన కుటుంబములు కొన్ని

తెలంగాణం తెలంగానం

తెలుగు తల్లి గుండె భారం
వెలుగు జూచు వేళ తరం
వేర్పాటు గాన హోరం
ముఖ్య మంత్రి మకుట శ్రోత్రం
సఖ్య బంధు మంత్రి గోత్రం
పక్షపాత వింత మంత్రం
రచ్చ బండ నొంత భ్రాత్రం
జనుల రెచ్చ గొట్టు మార్గం
ప్రజల మభ్య బెట్టు జ్యోక్యం
విద్యార్థుల చిచ్చు అభాగ్యం
ప్రత్యర్థుల పరువు మృగ్యం
న్యాయ వాంఛ నామ మాత్రం
స్వీయ తరపు తంతు చిత్రం
రక్త మడుగు రంగు జూచు
భక్త ముసుగు గుంపు చేతు
తల్లి ఒకటి నేల ఒకటి
భాష ఒకటి భావమొకటి
కలాచార సదాచార
కళ్యాణ ప్రాచార్యమొకటి
కలిసి కట్టు వెలుచు పట్టు
మసక చిచ్చు విసుగు తెచ్చు
కలము గలిపి హలము గొలిపి
మనసు కలిసి శక్తి కలిపి
భాగ్య నగర బహుళ దృశ్యం

భావి తరము మెచ్చు యోగ్యం
భారతావనికి భవిత లాభ్యం
తెలంగాణం తెలంగానం
వలదు వలదు వదులు గానం
పదిలమైన రేఖ చిత్రం
నిఖిల జగతి నెరుగ శౌర్యం

గొప్పకు మెప్పులా మెప్పుకు తిప్పలా?

ఇతరులు విదిల్చిన మెప్పుల కోసం
ఎందుకు నీకీ తప్పని తిప్పలు
పోటీ తత్వము పెంచిన నిత్యము
వదలదు అహమున పదిలపు మదము
పందెపు గుర్రపు పోకడ సోకిన
నిలకడ దృశ్యము బలికగు ఏహ్యము
దరికన గుహ్యము గురికగు బాహ్యము
తదితర లోకపు అరకొర క్లేశము
ఇతరుల అహమును వితరణ మునుపున
తన ఒక ముఖమును దర్పణ పరముగా
అర్పణ చేసిన కవళిక తెలుపును
కలిగిన పరమది కలికగు రీతిని
అరుగులు తిరుగిన పరుగులు తీసిన
అనితర మనునది అవనికి వరములు
సాధ్యము అగునది కనికర యోగము
ద్వైతము తెలిపిన దైవపు మెరుగది
వగలుకు పగిలిన తెగులుకు మిగులది
కొండకు కీడది ఢీకొన ఎలుకది
నిండిన ధృవమున పండిన పథమది

www.ingramcontent.com/pod-product-compliance
Lightning Source LLC
LaVergne TN
LVHW061614070526
838199LV00078B/7280
9789367835982